はじめての日本語能力試験
N5 単語 1000

1000 Essential Vocabulary for the JLPT N5

アークアカデミー

英語・ベトナム語訳 + 赤シート

with English Translation
Có bản dịch Tiếng Việt

ask

はじめに

　この本は、日本語能力試験のレベル別シリーズの一冊となっており、本書はN5合格を目指すためのものです。

　日本語能力試験によく取り上げられ、毎日の暮らしにも役立つ単語をリストアップしました。チャプター・セクションごとにテーマがあり、それぞれの場面をイメージして学びます。英語とベトナム語の対訳がついているので、単語や例文の意味もスムーズに確認することができます。

　すべての漢字にルビがついているので、辞書なしで勉強できるのも魅力です。また、赤シート、単語と例文の音声、チャプターごとの模擬試験も用意しました。

　日本で学習している方はもちろん、日本以外の国で学習している方にもイメージしやすい内容になっています。この単語帳は試験対策だけではなく、日本語を学習する皆さんにとって心強い一冊になります。合格を心から祈っています。

2017年2月

著者一同

Introduction

This series is divided into levels corresponding to the levels of the Japanese Language Proficiency Test. This volume is for learners aiming to pass the N5 level of the JLPT.

This book presents vocabulary words found commonly on the Japanese Language Proficiency Test and used in daily life in Japan. Each section of every chapter has its own theme to help you study efficiently while visualizing each setting. English and Vietnamese translations are included so you can study smoothly and with ease.

This book also includes the readings for all of the kanji, so we hope that you are able to make use of this handbook of sorts without the additional aid of any dictionary. Furthermore, a red sheet and audio files for every vocabulary word and example sentence have been provided for further assistance, along with practice tests for each chapter.

These books are easy to follow and understand for those studying both inside and outside of Japan. We strongly hope that they serve to not only help you prepare for the JLPT, but also help with you study of Japanese.

February 2017
From the Authors

Lời nói đầu

Đây là một quyển thuộc bộ sách được chia theo cấp độ của Kỳ thi Năng lực Nhật ngữ và quyển sách này dành cho các bạn đang hướng đến mục tiêu thi đậu N5.

Chúng tôi đã lọc ra một danh sách các từ vựng thường xuất hiện trong Kỳ thi Năng lực Nhật ngữ cũng như có ích trong sinh hoạt thường ngày. Có đề tài theo từng chương, phần, để các bạn có thể vừa hình dung từng tình huống vừa học. Vì có kèm theo bản dịch tiếng Anh và tiếng Việt nên các bạn có thể kiểm tra ý nghĩa của từ vựng và câu ví dụ một cách dễ dàng.

Tất cả chữ Kanji đều có phiên âm cách đọc nên bạn có thể học mà không cần đến tự điển cũng là điểm hấp dẫn của cuốn sách này.

Ngoài ra, chúng tôi cũng đã chuẩn bị cả tấm bìa đỏ, phần phát âm từ vựng và câu ví dụ, bài thi thử trong từng chương.

Đây là bộ sách có nội dung mà đương nhiên các bạn đang học tập tại Nhật và cả các bạn đang học tại các nước ngoài Nhật Bản đều có thể hình dung dễ dàng. Sổ tay từ vựng này không chỉ là đối sách luyện thi mà còn là một quyển sách hỗ trợ tinh thần mạnh mẽ cho các bạn học tập tiếng Nhật. Chúng tôi thành tâm chúc các bạn thi đậu.

Tháng 2 năm 2017
Nhóm tác giả

この本の使い方 (ほん・つか・かた)

How to Use This Book / Cách sử dụng quyển sách này

▶ テーマ別単語学習 (べつ・たんご・がくしゅう)

Study vocabulary by theme / Học từ vựng theo đề tài

日本語能力試験で取り上げることが多い単語がテーマ別にチャプター・セクションでまとめられています。チャプターの順どおりに進めてもいいですし、興味のあるチャプターから始めてもいいでしょう。

Vocabulary words often used on the Japanese Language Proficiency Test are divided into various themes organized into chapters and sections for ease of study. You may progress sequencially through each chapter, or skip begin from whatever chapter interests you.

Những từ vựng xuất hiện nhiều trong kỳ thi năng lực tiếng Nhật sẽ được tóm tắt theo đề tài trong từng chương - mục. Bạn có thể học theo thứ tự chương hay bắt đầu từ chương nào bạn thích cũng được.

▶ 模擬試験で腕試し (もぎしけん・うでだめ)

Use the practice test to gauge your progress / Thử sức với bài thi thử

日本語能力試験の語彙問題の模擬試験がウェブサイトにあります（PDF／オンライン）。くわしくはウェブサイトをご覧ください。

https://www.ask-books.com/jp/hajimete-jlpt/

The Japanese Language Proficiency Test practice test is available at our website for pdf download or use online. Please see the website for more details.

Bài thi thử môn Từ vựng của kỳ thi năng lực tiếng Nhật có trên trang web (PDF/ trực tuyến). Vui lòng xem trang web để biết thêm chi tiết.

▶ 赤シートの活用 (あか・かつよう)

Using the red sheet / Sử dụng hiệu quả tấm bìa đỏ

付属の赤シートで、単語と例文中の単語を隠して学習できます。訳を参照して、隠れている語がすぐに思い出せるか確認しましょう。

Use the included red sheet to hide vocabulary words and example sentences for studying. Try showing the translation while trying to guess the hidden vocabulary word.

Bạn có thể học từ vựng và từ vựng trong câu ví dụ bằng cách che chúng bằng tấm bìa đỏ kèm theo sách này. Tham chiếu với phần dịch và kiểm tra xem mình có nhớ ra ngay từ đã che hay không.

 Using the audio files / Sử dụng hiệu quả phần âm thanh

単語と例文の音声がウェブサイトにあります。くわしくはウェブサイトをご覧ください。https://www.ask-books.com/jp/hajimete-jlpt/

Audio files for the vocabulary words and example sentences are available on the website in mp3 files and for use online. Please see the website for more details.
Phần phát âm từ vựng và câu ví dụ có ở trang web (mp3/ trực tuyến). Vui lòng xem trang web để biết thêm chi tiết.

単語の番号です。
This is the vocabulary word number.
Số thứ tự của từ vựng.

覚えたら、チェックボックスにチェックを入れましょう。
If you have memorized it, check the box.
Nếu nhớ rồi, hãy đánh dấu vào ô vuông.

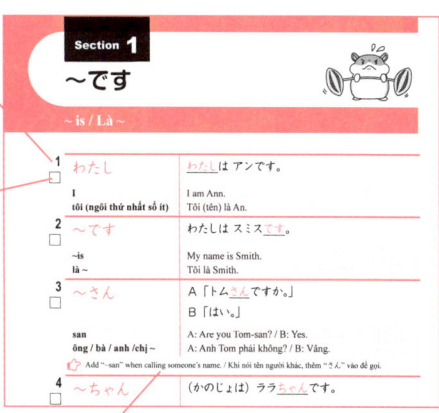

 注意点や説明
Points to keep in mind or explanations
Điểm cần lưu ý và giải thích

Table of Contents / Mục lục

Chapter 1 じこしょうかい 11
Self Introduction / Tự giới thiệu.

1. ～です ～ is / Là ～ 12
2. おはよう。 Good morning. / Xin chào! 14
3. かぞく Family / Gia đình 18
4. なんにんですか。 How many people? / Bao nhiêu người? .. 20
5. ～から きました Came from ～ / Đến từ ～ 22

Chapter 2 べんきょう 25
Study / Học tập

1. 学校 School / Trường học 26
2. かず Number / Số đếm 28
3. よう日 Day of the Week / Thứ (trong tuần) 30
4. ことば Words / Từ ngữ 32
5. べんきょう Study / Học tập 34

Chapter 3 しごと 37
Work / Công việc

1. はたらく to Work / Làm việc, lao động 38
2. しごと Work / Công việc 41
3. これは 何ですか。 What is this? / Đây là cái gì? 43
4. 何こ ありますか。 How many is there? / Có bao nhiêu cái? 48
5. 時間 Time / Thời gian 50

Chapter 4 友だち 55
Friend / Bạn bè

1. どんな 人？ What kind of person? / Người như thế nào? 56
2. シャツを きて います。 I am wearing a shirt. / Mặc áo. 59
3. スカートを はきます。 I wear a skirt. / Mặc váy. 61
4. あそぶ Play / Chơi 64
5. 町 Town / Phố xá, thị trấn 67

Chapter 5　きょうの ごはん 69
Today's Meal / Cơm hôm nay

1. あさ・よる　Morning, Evening / Sáng - Tối 70
2. 食べる・飲む　Eat, Drink / Ăn - Uống 73
3. りょうり　Cooking / Món ăn 77
4. レストラン　Restaurant / Nhà hàng 80
5. どうですか。　How is it? / Như thế nào? 83

Chapter 6　しゅみ 85
Hobby / Sở thích

1. しゅみ　Hobby / Sở thích 86
2. おんがく　Music / Âm nhạc 89
3. スポーツ　Sports / Thể thao 92
4. てんき　Weather / Thời tiết 95
5. きせつ　Season / Mùa 98

Chapter 7　買い物 103
Shopping / Mua sắm

1. 買い物　Shopping / Mua sắm 104
2. みせ　Shop / Cửa hàng, cửa tiệm 108
3. ATM　ATM / Máy rút tiền tự động 111
4. おくる　Send / Gửi 113
5. プレゼント　Present / Quà tặng 116

Chapter 8　休みの日 121
Holiday / Ngày nghỉ

1. のりもの　Rides / Phương tiện giao thông 122
2. どのくらい？　How long? / Khoảng bao lâu? 126
3. みち　Road / Đường đi 128
4. どこ？　Where? / Ở đâu? 131
5. 出かける　Go Out / Ra ngoài 133

Chapter 9 　すむ 137
Living / Sống

1. いえ　House / Nhà 138
2. アパートの 2かい
   Second Floor of the Apartment / Tầng 2 chung cư 142
3. ひっこし　Moving / Chuyển nhà 144
4. 先生のいえ　Teacher's House / Nhà của giáo viên 147
5. 電気　Electricity / Điện 152

Chapter 10　けんこう etc. 155
Health etc. / Sức khỏe v.v.

1. びょうき　Sick / Bệnh 156
2. お元気ですか。
   How are you? / (Bạn) Khỏe không? 159
3. たいせつな もの・こと
   Important Things / Vật - Việc quan trọng 162
4. しょうらい　Future / Tương lai 164
5. これも おぼえよう！
   Let's remember this! / Hãy nhớ cả những từ này! 166

50音順 単語さくいん　Vocabulary Index in Syllabic Order /
Danh mục từ vựng theo thứ tự 50 chữ cái tiếng Nhật 170

N5 Chapter 1

じこしょうかい

Self Introduction / Tự giới thiệu.

単語 No.
たんご

Section 1	〜です	~ is Là ~	1 〜 13
Section 2	おはよう。	Good morning. Xin chào!	14 〜 28
Section 3	かぞく	Family Gia đình	29 〜 50
Section 4	なんにんですか。	How many people? Bao nhiêu người?	51 〜 67
Section 5	〜から きました	Came from ~ Đến từ ~ .	68 〜 102

Section 1

～です

~ is / Là ~

1	わたし	<u>わたし</u>は アンです。
	I tôi (ngôi thứ nhất số ít)	I am Ann. Tôi (tên) là An.

2	～です	わたしは スミス<u>です</u>。
	~is là ~	My name is Smith. Tôi là Smith.

3	～さん	A「トム<u>さん</u>ですか。」 B「はい。」
	san ông / bà / anh /chị ~	A: Are you Tom-san? / B: Yes. A: Anh Tom phải không? / B: Vâng.

👉 Add "~san" when calling someone's name. / Khi nói tên người khác, thêm "さん" vào để gọi.

4	～ちゃん	（かのじょは）ララ<u>ちゃん</u>です。
	chan bé ~	(She is) Lara-chan. (Cô bé) Là bé Lala.

👉 Add "~chan" when calling a small child's name. / Với các em bé nhỏ thì thêm "ちゃん".

5	あなた	<u>あなた</u>は トムさんですか。
	you ông / bà / anh / chị / bạn (ngôi thứ hai số ít)	Are you Tom-san? Anh là anh Tom phải không?

👉 "Anata" is not used much in Japanese. / Trong tiếng Nhật, hầu như không dùng "あなた".

6	かれ	<u>かれ</u>は トムさんです。
	he anh ấy (ngôi thứ ba số ít), bạn trai	He is Tom-san. Anh ấy là anh Tom.

👉 The word has two meanings; 1) a male, 2) a male lover.
Có 2 ý nghĩa: 1. chỉ người đàn ông 2. người yêu (nam), bạn trai.

Chapter 1

7 かのじょ

かのじょは ヒエンさんです。

she
cô ấy, chị ấy (ngôi thứ ba số ít), bạn gái

She is Hien-san.
Chị ấy là chị Hiền.

👉 The word has two meanings; 1) a female, 2) a female lover.
Có 2 ý nghĩa: 1. chỉ người phụ nữ 2. người yêu (nữ), bạn gái.

8 [お]なまえ

A「おなまえは?」
B「トムです。」

name
tên (của bạn)

A: What is your name? / B: My name is Tom.
A: Tên bạn là gì? / B: Là Tom.

9 はい

A「やまださんですか。」
B「はい。」

yes
vâng, dạ

A: Are you Yamada-san? / B: Yes, I am.
A: Anh Yamada phải không? / B: Vâng.

10 ええ

A「やまださんですか。」
B「ええ、そうです。」

yes
vâng, dạ

A: Are you Yamada-san? / B: Yes, I am.
A: Anh Yamada phải không? / B: Vâng, đúng vậy.

👉 In conversation, "ee" is used more often than "hai". / Khi nói chuyện, thường dùng "ええ" nhiều hơn "はい".

11 いいえ

A「やまださんですか。」
C「いいえ。」

no
không

A: Are you Yamada-san? / C: No, I'm not.
A: Anh Yamada phải không? / B: Không.

12 そうです

A「やまださんですか。」
B「はい、そうです。」

yes, that's right
đúng vậy

A: Are you Yamada-san? / B: Yes, I am.
A: Anh Yamada phải không? / B: Vâng, đúng vậy.

13 ちがいます

A「やまださんですか。」
B「いいえ、ちがいます。たなかです。」

no, that's not correct
không phải

A: Are you Yamada-san? / B: No I'm not. I'm Tanaka.
A: Anh Yamada phải không? / B: Không, không phải. Tôi là Tanaka.

Section 2

おはよう。

Good morning. / Xin chào!

9:00 **14** □ おはよう。
Good morning.
Chào. (buổi sáng)

15 □ おはようございます。
Good morning.
Xin chào. (buổi sáng)

Teacher / Giáo viên, thầy cô giáo   Student / Sinh viên

12:00 **16** □ こんにちは。   こんにちは。
Hello.
Xin chào. (buổi trưa)

20:00 **17** □ こんばんは。   こんばんは。
Good evening.
Xin chào. (buổi tối)

Good bye.
Tạm biệt.

18 さようなら。　　さようなら。

19 じゃ、また。　See you again.
Vậy nhé, gặp lại sau.

Good night.
Chúc ngủ ngon.

22:00　**20** おやすみなさい。　　おやすみなさい。

Section 2

21 Thank you. / Cám ơn.
ありがとう。

22 You're welcome. / Không có chi.
どういたしまして。

23 ありがとうございます。
Thank you. / Xin cám ơn.

👉 "Arigato-gozaimasu" is used instead of "arigato" to sound more polite. / Khi nói "ありがとう" một cách lịch sự thì nói "ありがとうございます".

Go ahead.
Xin mời.

24 どうぞ。

Thank you.
Cảm ơn.

25 どうも。

Hello.
Xin chào. (dùng khi lần đầu tiên gặp mặt)

26 はじめまして。

Glad to know you.
Xin vui lòng giúp đỡ.

27 どうぞ よろしく。

28 こちらこそ。

Me too, same here.
Tôi mới phải nhờ. / Tôi mới phải cảm ơn. / Tôi mới phải xin lỗi.

Section 3
かぞく

Family / Gia đình

29 かぞく | かぞくは 7にんです。
　　　　　　　　　　　しち/なな

family | There are seven people in my family.
gia đình | Gia đình (tôi) có 7 người.

わたしの かぞく
My Family / gia đình của tôi

30 りょうしん
parents
cha mẹ, song thân

31 父 ちち
father
cha (tôi), người cha

32 母 はは
mother
mẹ (tôi), người mẹ

33 あね
older sister
chị (tôi), người chị

34 あに
older brother
anh (tôi), người anh

わたし

35 おとうと
younger brother
em trai (tôi), người em trai

36 いもうと
younger sister
em gái (tôi), người em gái

37 きょうだい
siblings
anh chị em

38 いぬ
dog
con chó

39 ねこ
cat
con mèo

Chapter 1

40 いる

① いぬが います。
② あにが います。

have, be
có, ở

① I have a dog. ② I have a brother.
① Có con chó. ② Tôi có anh trai.

👉 ①to exists (for living, animate objects) ②someone related to that person exists
①Sinh vật tồn tại ở nơi đó. ②Tồn tại người có quan hệ với người đó.

41 うち

うちに ねこが います。

one's household
nhà

I own a cat.
Nhà tôi có con mèo.

やまださんの かぞく

Yamada-san's Family / gia đình của anh / chị Yamada

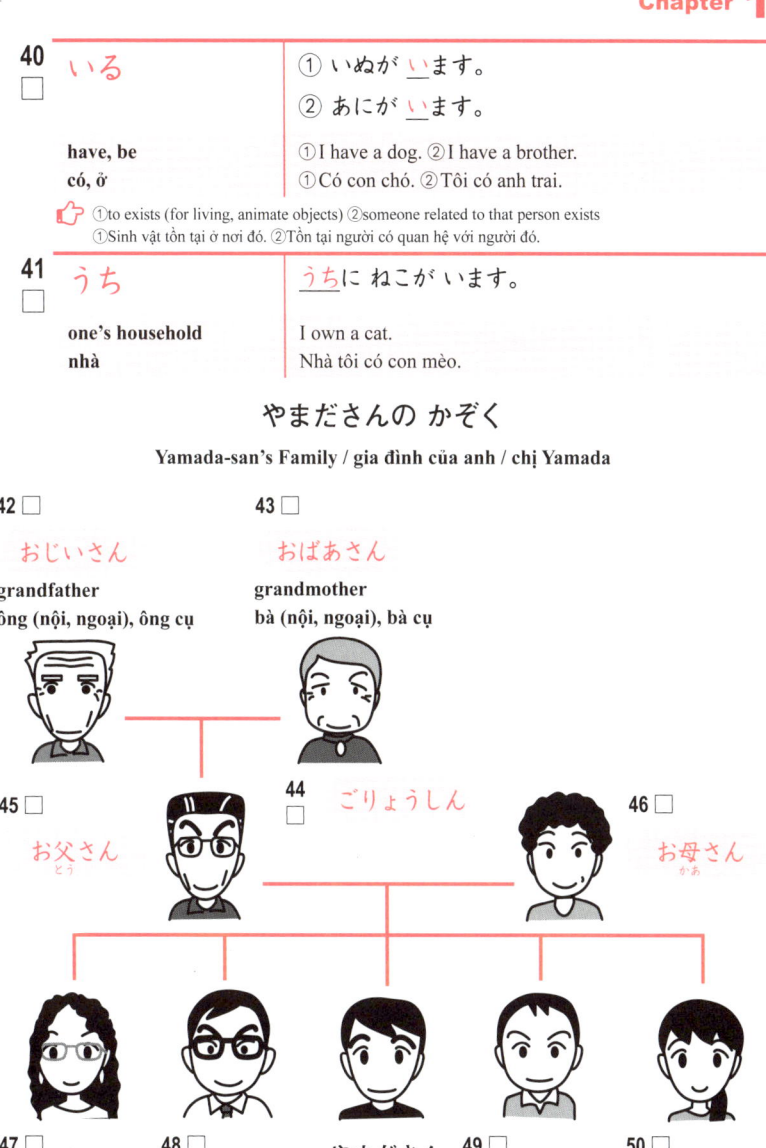

42 おじいさん
grandfather
ông (nội, ngoại), ông cụ

43 おばあさん
grandmother
bà (nội, ngoại), bà cụ

44 ごりょうしん

45 お父さん(とう)

46 お母さん(かあ)

47 おねえさん

48 おにいさん

やまださん

49 おとうとさん

50 いもうとさん

Section 4
なんにんですか。

How many people? / Bao nhiêu người?

51
ひとり

one person
một người

52
ふたり

two people
hai người

53
さんにん

three people
ba người

54
よにん

four people
bốn người

55
ごにん

five people
năm người

56
ろくにん

six people
sáu người

57
しち / ななにん

seven people
bảy người

58
はちにん

eight people
tám người

59
く / きゅうにん

nine people
chín người

60
じゅうにん

ten people
mười người

61 なんにん

A「なんにんですか。」
B「3にんです。」

how many people
mấy người, bao nhiêu người

A: How many people are there? / B: It's three people.
A: Bao nhiêu người? / B: 3 người.

62 おとな

adult
người lớn

63 こども

child
trẻ em, trẻ con, con cái

64 おとこの ひと

man
người đàn ông

65 おんなの ひと

woman
người phụ nữ

66 おとこのこ

boy
cậu bé, đứa bé trai

67 おんなのこ

girl
cô bé, đứa bé gái

Section 5
〜から きました

Came from ~ / Đến từ ~ .

68	**くに**	（わたしの）くには マレーシアです。
	country đất nước, nước	I am from Malaysia. Nước (của tôi) là Malaysia.
69	**ある**	ちゅうごくに ディズニーランドが あります。
	have/exists có, ở	There is a Disneyland in China. Ở Trung Quốc có Disneyland.

👉 "Aru" is used to express inanimate objects exist.
Khi tồn tại một vật thể không phải là sinh vật thì dùng "ある".

70	**どちら**	A「（お）くには どちらですか。」 B「ケニアです。」
	which ở đâu, hướng nào	A: Which country are you from? / B: I'm from Kenya. A: Nước của bạn ở đâu? / B: Kenya.
71	**〜から きました**	（わたしは）アメリカから きました。
	came from đến từ 〜	I came from the United States. (Tôi) Đến từ Mỹ.
72	**〜じん**	わたしは イギリスじんです。
	person from ~ (nationality) người ~	I am British. Tôi là người Anh.
73	**ちず**	にほんの ちずは ありますか。
	map bản đồ	Do you have a map of Japan? Bạn có bản đồ Nhật Bản không?
74	**せかい**	せかいの ちずは ありますか。
	world thế giới	Do you have a map of the world? Bạn có bản đồ thế giới không?

Chapter 1

75 にほん
Japan
Nhật Bản

76 インド
India
Ấn Độ

77 インドネシア
Indonesia
Indonesia

78 かんこく
South Korea
Hàn Quốc

79 タイ
Thailand
Thái Lan

80 たいわん
Taiwan
Đài Loan

81 ちゅうごく
China
Trung Quốc

82 ネパール
Nepal
Nepal

83 フィリピン
Philippines
Phillippine

84 ベトナム
Vietnam
Việt Nam

85 マレーシア
Malaysia
Malaysia

86 ミャンマー
Myanmar, Burma
Myanmar

87 トルコ
Turkey
Thổ Nhĩ Kỳ

88 オーストラリア
Australia
Úc

89 ニュージーランド
New Zealand
New Zealand

90 アメリカ
United States of America
Mỹ

91 カナダ
Canada
Canada

92 メキシコ
Mexico
Mexico

Section 5

93 ブラジル

Brazil
Brazil

94 ロシア

Russia
Nga

95 イギリス

Britain
Anh

96 フランス

France
Pháp

97 ドイツ

Germany
Đức

98 スイス

Switzerland
Thụy Sỹ

99 イタリア

Italy
Ý

100 スペイン

Spain
Tây Ban Nha

101 エジプト

Egypt
Ai Cập

102 ケニア

Kenya
Kenya

ヨーロッパ

アジア

アメリカ

アフリカ

N5
Chapter
2
べんきょう

Study / Học tập

			単語 No. たんご
Section 1	学校 がっこう	School Trường học	103 〜 117
Section 2	かず	Number Số đếm	118 〜 132
Section 3	よう日 び	Day of the Week Thứ (trong tuần)	133 〜 152
Section 4	ことば	Words Từ ngữ	153 〜 171
Section 5	べんきょう	Study Học tập	172 〜 196

Section 1

学校
がっこう

School / Trường học

103 先生(せんせい)
山田さんは にほんご学校の 先生です。
teacher
thầy, cô, giáo viên
Yamada-san is a Japanese teacher.
Ông / Bà Yamada là giáo viên trường tiếng Nhật.

👉 When talking about yourself, use "kyoshi", as in "watashi wa nihongo no kyoshi desu"(I am a Japanese language teacher).

Khi nói về mình thì dùng "きょうし", ví dụ như "わたしは にほんごの きょうしです". (Tôi là giáo viên tiếng Nhật)

104 学生(がくせい)
おとうとは 学生です。
student
học sinh, sinh viên
My brother is a student.
Em trai tôi là sinh viên.

105 りゅうがくせい
ヒエンさんは ベトナムの りゅうがくせいです。
foreign student
du học sinh
Hien-san is a foreign student from Vietnam.
Chị Hiền là du học sinh Việt Nam.

106 学校(がっこう)
学校は 日本に あります。
school
trường học
The school is in Japan.
Trường học ở Nhật Bản.

107 べんきょう〈する〉
にほんごを べんきょうします。
study
học, học tập
I study Japanese.
Tôi sẽ học tiếng Nhật.

108 にほんご学校(がっこう)
ヒエンさんは にほんご学校の 学生です。
Japanese school
trường dạy tiếng Nhật,
trường Nhật ngữ
Hien-san is a student at the Japanese language school.
Chị Hiền là sinh viên trường Nhật ngữ.

109 小学校(しょうがっこう)
アリさんは 小学校の 先生です。
elementary school
trường tiểu học
Ali-san is an elementary school teacher.
Ông / Bà Ali là giáo viên trường tiểu học.

Chapter 2

110 中学校 (ちゅうがっこう)
junior high school
trường cấp 2, trường trung học cơ sở

トムさんは 中学校の 先生です。
Tom-san is a junior high school teacher.
Anh Tom là giáo viên trường trung học cơ sở.

111 高校 (こうこう)
high school
trường cấp 3, trường phổ thông trung học

アメリカの 高校で べんきょうします。
I study at an American high school.
Tôi sẽ học tại trường phổ thông trung học của Mỹ.

112 大学 (だいがく)
university
đại học

スミスさんは 大学の 先生です。
Smith-san is a teacher at a university.
Anh Smith là giáo viên đại học.

113 きょうしつ
classroom
phòng học, lớp học

先生は きょうしつに います。
The teacher is in the classroom.
Thầy / Cô ở lớp học.

114 クラス
class
lớp

クラスに りゅうがくせいが います。
There are foreign students in the class.
Trong lớp có du học sinh.

115 行く (い)
go
đi

学校へ 行きます。
I will go to school.
Tôi đi học.

116 来る (く)
come
đến

先生が うちへ 来ます。
The teacher is coming.
Giáo viên sẽ đến nhà.

117 帰る (かえ)
leave, go home
về

うちへ 帰ります。
I will go home.
Tôi về nhà.

Section 2
かず

Number / Số đếm

118 ☐ ゼロ
zero
số 0, không
0

119 ☐ いち
one
một
1

120 ☐ に
two
hai
2

121 ☐ さん
three
ba
3

122 ☐ し / よん
four
bốn
4

123 ☐ ご
five
năm
5

124 ☐ ろく
six
sáu
6

125 ☐ しち / なな
seven
bảy
7

126 ☐ はち
eight
tám
8

127 ☐ く / きゅう
nine
chín
9

128 ☐ じゅう
ten
mười
10

129 ☐ じゅういち
eleven
mười một
11

130 ☐ じゅうに
twelve
mười hai
12

Chapter 2

131

〜月 (がつ)

1月 (いちがつ)
January
tháng Một, tháng Giêng

2月 (にがつ)
February
tháng Hai

3月 (さんがつ)
March
tháng Ba

4月 (しがつ)
April
tháng Tư

5月 (ごがつ)
May
tháng Năm

6月 (ろくがつ)
June
tháng Sáu

7月 (しちがつ)
July
tháng Bảy

8月 (はちがつ)
August
tháng Tám

9月 (くがつ)
September
tháng Chín

10月 (じゅうがつ)
October
tháng Mười

11月 (じゅういちがつ)
November
tháng Mười một

12月 (じゅうにがつ)
December
tháng Mười hai, tháng Chạp

132

何月 (なんがつ)

what month
tháng mấy?

A「何月ですか。」
B「5月です。」

A: What month is it? / B: It's May.
A: Tháng mấy? / B: Tháng 5.

Section 3

よう日(び)

Day of the Week / Thứ (trong tuần)

133 □ よう日(び) day of the week / thứ

134 □	135 □	136 □	137 □	138 □	139 □	140 □
日(にち)よう日(び)	月(げつ)よう日(び)	火(か)よう日(び)	水(すい)よう日(び)	木(もく)よう日(び)	金(きん)よう日(び)	土(ど)よう日(び)
Sunday	Monday	Tuesday	Wednesday	Thursday	Friday	Saturday
Chủ nhật	thứ Hai	thứ Ba	thứ Tư	thứ Năm	thứ Sáu	thứ Bảy

---

141 □ 何(なん)よう日(び)

A「あしたは 何(なん)よう日(び)ですか。」
B「火(か)よう日(び)です。」

what day
thứ mấy?

A: What day is tomorrow? / B: It's Tuesday.
A: Ngày mai là thứ mấy? / B: Là thứ Ba.

---

142 □ きょう

きょうは 月(げつ)よう日(び)です。

today
hôm nay

Today is Monday.
Hôm nay là thứ Hai.

---

143 □ あした

あした、学校(がっこう)へ 行(い)きます。

tomorrow
ngày mai

Tomorrow I will go to school.
Ngày mai, tôi đi học.

---

144 □ きのう

きのう、大学(だいがく)へ 行(い)きました。

yesterday
hôm qua

Yesterday I went to the university.
Hôm qua, tôi đã đi đến trường Đại học.

---

145 □ まいにち

まいにち、にほんごを べんきょうします。

every day
hàng ngày, mỗi ngày

I study Japanese every day.
Hàng ngày, tôi học tiếng Nhật.

---

146 □ ～しゅうかん

アメリカへ 2(に)しゅうかん 行(い)きました。

week(s)
～ tuần

I went to America for two weeks.
Tôi đã đi Mỹ 2 tuần.

147	**〜か月(げつ)** month(s) 〜 tháng	にほんごを 1か月(いっかげつ) べんきょうしました。 I studied Japanese for a month. Tôi đã học tiếng Nhật 1 tháng.
148	**〜年(ねん)** year(s) 〜 năm	かんこくに 5年(ごねん) いました。 I was in South Korea for five years. Tôi đã ở Hàn Quốc 5 năm.
149	**〜かい** times 〜 lần	1(いっ)しゅうかんに 3(さん)かい コンビニへ 行(い)きます。 I go to the convenience store three times a week. 1 tuần, tôi đi đến cửa hàng tiện lợi 3 lần.
150	**何(なん)かい** number of times mấy lần	A「1(いっ)しゅうかんに 何(なん)かい 行(い)きますか。」 B「2(に)かい 行(い)きます。」 A: How many times a week to you go? B: I go twice a week. A: 1 tuần bạn đi mấy lần? B: Tôi đi 2 lần.
151	**アルバイト〈する〉** part-time job việc làm thêm	土(ど)よう日(び)に アルバイトを します。 I will go to my part-time job on Saturdays. Tôi làm thêm vào thứ Bảy.
152	**する** do làm	日(にち)よう日(び)は アルバイトを しません。 I don't go to my part-time job on Sundays. Chủ nhật, tôi không làm thêm.

Section 4
ことば

Words / Từ ngữ

153	ことば word/language từ ngữ, tiếng	日本の ことばが わかりません。 _{にほん} I don't understand the Japanese lanuage Tôi không biết tiếng Nhật.
154	字 _じ letter chữ	高校で 日本の 字を べんきょうしました。 _{こうこう　にほん} I studied Japanese letters in high school. Tôi đã học chữ Nhật ở trường cấp III.
155	にほんご Japanese tiếng Nhật	エジプトで にほんごを べんきょうしました。 I studied Japanese in Egypt. Tôi đã học tiếng Nhật ở Ai Cập.
156	～ご ~language tiếng ~	えいごで 話して ください。 _{はな} Please speak in English Hãy nói bằng tiếng Anh.
157	話す _{はな} talk, speak nói, nói chuyện	先生と にほんごで 話します。 _{せんせい　　　　　　　　はな} I speak Japanese with the teacher. Tôi nói chuyện với thầy / cô giáo bằng tiếng Nhật.
158	ゆっくり slowly chậm, chậm rãi	先生は ゆっくり 話します。 _{せんせい　　　　　　　はな} The teacher speaks slowly. Thầy / Cô giáo nói chuyện chậm rãi.
159	言う _い say nói	ゆっくり 言って ください。 _い Please repeat what you said slowly. Hãy nói chậm.
160	もう いちど once more một lần nữa	もう いちど 言います。 _い I will say it one more time. Tôi sẽ nói lại lần nữa.

Chapter 2

161 おねがいします

please
Xin vui lòng

もう いちど おねがいします。

Please repeat it one more time.
Xin vui lòng 1 lần nữa.

162 わかる

understand, know
hiểu, biết

ひらがなが わかります。

I know hiragana.
Tôi biết chữ Hiragana.

163 少し
すこ

little
một chút

かんじが 少し わかります。

I know a few kanji.
Tôi biết chữ Hán một chút.

164 もう 少し
すこ

a little
một chút nữa

もう 少し ゆっくり 話してください。
はな

Please speak a little slower.
Hãy nói chậm thêm một chút nữa.

165 よく

well
rõ, giỏi, tốt

よく わかりました。

I understand well.
Tôi đã hiểu rõ.

166 だいたい

roughly, about
đại khái

だいたい わかりました。

I roughly understand.
Tôi đã hiểu đại khái.

167 ぜんぜん

not at all
hoàn toàn

A「わかりましたか。」
B「いいえ。ぜんぜん わかりませんでした。」

A: Did you understand it?
B: No, I didn't understand it at all.
A: Bạn có hiểu không?
B: Không. Tôi hoàn toàn không hiểu.

168 ひらがな

hiragana
(chữ) Hiragana

にほんご

169 かたかな

katakana
(chữ) Katakana

ニホンゴ

170 かんじ

kanji
(Chinese characters)
chữ Hán

日本語

171 ローマ字
じ

romaji
(Roman alphabet)
chữ Latinh

Nihongo

Section 5

べんきょう

Study / Học tập

172	読む _よ read đọc	にほんごの 本を 読みます。 _{ほん　よ} I read a Japanese language book. Tôi đọc sách tiếng Nhật.
173	本 _{ほん} book sách, quyển sách	ちゅうごくごの 本を 読みました。 _{ほん　よ} I read a Chinese language book. Tôi đã đọc sách tiếng Trung Quốc.
174	書く _か write viết	かんじを 書きます。 _か I write kanji. Tôi viết chữ Hán.
175	聞く _き listen nghe	うちで CD を 聞きます。 _{シーディー　き} I listen to the CD at home. Tôi nghe đĩa CD ở nhà.
176	CD _{シーディー} CD (compact disc) đĩa CD	学校で CD を 聞きました。 _{がっこう　シーディー　き} I listened to the CD at school. Tôi đã nghe đĩa CD ở trường.
177	しらべる look up tra, tìm hiểu	じしょで ことばを しらべます。 I look up a word in the dictionary. Tôi tra từ bằng tự điển.
178	買う _か buy mua	きのう、CD を 買いました。 _{シーディー　か} Yesterday, I bought a CD. Hôm qua, tôi đã mua đĩa CD.
179	じしょ dictionary tự điển	にほんごの じしょを 買いました。 _か I bought a Japanese language dictionary. Tôi đã mua từ điển tiếng Nhật.

Chapter 2

180 でんしじしょ — <u>でんしじしょ</u>で いみを しらべます。
electronic dictionary
tự điển điện tử
I will check the meaning using the electronic dictionary.
Tôi tra ý nghĩa bằng tự điển điện tử.

181 いみ — にほんごの <u>いみ</u>が わかりません。
meaning
ý nghĩa
I don't understand the meaning in Japanese.
Tôi không hiểu nghĩa tiếng Nhật.

182 がんばる — <u>がんばって</u> ください。
do one's best
cố gắng
Do your best.
Hãy cố gắng lên.

183 しゅくだい — きょうは <u>しゅくだい</u>が あります。
homework
bài tập về nhà
Today, I have homework to do.
Hôm nay có bài tập về nhà.

184 にっき — まいにち、<u>にっき</u>を 書きます。
diary
nhật ký
I write in my diary every day.
Hàng ngày, tôi viết nhật ký.

185 レポート — 学校で <u>レポート</u>を 書きました。
report
bài báo cáo
I wrote a report at school.
Tôi đã viết bài báo cáo ở trường.

186 としょかん — <u>としょかん</u>で 本を 読みます。
library
thư viện
I read a book at the library.
Tôi đọc sách ở thư viện.

187 ほんや — <u>ほんや</u>で じしょを 買いました。
book store
tiệm sách
I bought a dictionary at the book store.
Tôi đã mua tự điển ở tiệm sách.

188 れんしゅう〈する〉 — かんじを <u>れんしゅうし</u>ます。
practice
luyện tập
I practice kanji.
Tôi luyện tập chữ Hán.

Section 5

189 スピーチ

土よう日に 学校で スピーチを しました。

speech
hùng biện, diễn thuyết

I gave a speech at school on Saturday.
Tôi đã hùng biện ở trường vào ngày thứ Bảy.

190 おぼえる

まいにち、かんじを おぼえます。

memorize
nhớ, ghi nhớ

I learn kanji every day.
Hàng ngày, tôi ghi nhớ chữ Hán.

191 わすれる

しゅくだいを わすれました。

forget
quên

I forgot my homework.
Tôi đã quên bài tập về nhà.

192 もんだい

もんだいを 読んで ください。

problem
câu hỏi, vấn đề

Please read the question.
Hãy đọc câu hỏi.

193 れい

れいを 見て ください。

example
ví dụ

Please look at the example.
Hãy xem ví dụ.

194 こたえ

こたえが わかりません。

answer
câu trả lời

I don't know the answer.
Tôi không biết câu trả lời.

195 しつもん〈する〉

先生に しつもんします。

question
câu hỏi

I have a question for the teacher.
Tôi đặt câu hỏi với thầy / cô giáo.

196 けんがく〈する〉

にほんご学校を けんがくしました。

observation
tham quan

I went to observe the Japanese language school.
Tôi đã tham quan trường tiếng Nhật.

N5
Chapter
3
しごと

Work / Công việc

単語 No.
たんご

Section 1	はたらく	to Work Làm việc, lao động	197 〜 221
Section 2	しごと	Work Công việc	222 〜 234
Section 3	これは 何ですか。	What is this? Đây là cái gì?	235 〜 265
Section 4	何こ ありますか。	How many is there? Có bao nhiêu cái?	266 〜 269
Section 5	時間	Time Thời gian	270 〜 283

Section 1

はたらく

to Work / Làm việc, lao động

197	かいしゃ	トヨタは 日本(にほん)の かいしゃ です。
	company công ty	Toyota is a Japanese company. Toyota là công ty của Nhật Bản.

198	ぎんこう	おとうとは ぎんこう で はたらいて います。
	bank ngân hàng	My younger brother works at a bank. Em trai tôi làm việc ở ngân hàng.

199	はたらく	まいにち、 はたらき ます。
	work làm việc, lao động	I work every day. Hàng ngày, tôi làm việc.

200	休(やす)む	きのう、かいしゃを 休(やす)み ました。
	take a leave of absence, rest nghỉ, nghỉ ngơi	Yesterday, I took a leave of absence from work. Hôm qua, tôi đã nghỉ làm.

201	休(やす)み	休(やす)み は 土(ど)よう日(び)と 日(にち)よう日(び)です。
	holiday, day off ngày nghỉ	The days off are Saturdays and Sundays. Ngày nghỉ là thứ Bảy và Chủ nhật.

202	ひる休(やす)み	ひる休(やす)み に しゅくだいを します。
	lunch break nghỉ trưa	I do my homework during lunch break. Tôi làm bài tập về nhà vào giờ nghỉ trưa.

203	ひまな	あしたは ひま です。
	not busy, free rảnh rỗi	I am not busy tomorrow. Ngày mai tôi rảnh rỗi.

204	いそがしい	まいにち、 いそがしい です。
	busy bận rộn	I am busy every day. Hàng ngày, tôi bận rộn.

Chapter 3

205 ざんぎょう〈する〉

overtime work
làm tăng ca, tăng giờ

きょうは ざんぎょうします。

Today I work overtime.
Hôm nay sẽ làm tăng ca.

206 しゅっちょう〈する〉

business trip
công tác

フランスへ しゅっちょうします。

I will take a business trip to France.
Tôi sẽ đi Pháp công tác.

207 じむしょ

office
văn phòng

じむしょは たいわんに あります。

The office is in Taiwan.
Văn phòng ở Đài Loan.

208 こうじょう

factory
nhà máy

ちゅうごくに 大きい こうじょうが あります。

There is a large factory in China.
Ở Trung Quốc có nhà máy lớn.

209 うけつけ

reception (desk)
tiếp tân, lễ tân

うけつけで 聞いて ください。

Please ask at the reception desk.
Hãy hỏi tiếp tân.

210 かいぎ

meeting
họp, hội nghị

きょう、かいぎが あります。

We have a meeting today.
Hôm nay có cuộc họp.

211 かいぎしつ

meeting room
phòng họp

山田さんは かいぎしつに います。

Yamada-san is in the meeting room.
Anh / Chị Yamada ở phòng họp.

212 電話
でんわ

telephone
điện thoại

かいぎしつに 電話が ありません。

There is no telephone in the meeting room.
Ở phòng họp không có điện thoại.

213 (電話を)かける
でんわ

make a phone call
gọi (điện thoại)

かいしゃに 電話を かけます。

I will call the company.
Tôi gọi điện thoại đến công ty.

Section 1

214 もしもし

A「もしもし、山田さんですか。」
B「はい、そうです。」

hello
alô

A: Hello, is this Yamada-san? / B: Yes, it is.
A: Alô, có phải anh / chị Yamada không?
B: Vâng, đúng vậy.

215 電話ばんごう
でんわ

A「山田さんの 電話ばんごうを しって いますか。」
やまだ　　　でんわ

phone number
số điện thoại

A: Do you know Yamada-san's phone number?
A: Bạn có biết số điện thoại của anh / chị Yamada không?

216 しる

B「いいえ、しりません。」

know
biết

B: No, I don't.
B: Không, tôi không biết.

217 何ばん
なん

電話ばんごうは 何ばんですか。
でんわ　　　　　なん

what number
số mấy?

What is the phone number?
Số điện thoại của bạn là số mấy?

218 おしえる

電話ばんごうを おしえて ください。
でんわ

teach/tell
chỉ, dạy, cho biết

Please tell me the phone number.
Hãy cho tôi biết số điện thoại.

219 てつだう

父の しごとを てつだいます。
ちち

help
giúp đỡ

I help my father's work.
Tôi giúp công việc cho bố.

220 つくる

これは 日本の こうじょうで つくりました。
にほん

make
làm, tạo ra, sản xuất

This was made at a Japanese factory.
Cái này đã (được) làm tại nhà máy của Nhật.

221 やくに たつ

これは やくに たちます。

helpful
có ích

This will be helpful.
Cái này có ích.

Section 2
しごと

Work / Công việc

222 しごと

A「(お)しごとは?」
B「きょうしです。」

work/job
công việc

A: What is your job? / B: I am a teacher.
A: Công việc (của bạn) là gì? / B: Là giáo viên.

223
かいしゃいん

office worker
nhân viên công ty

224
ぎんこういん

bank worker
nhân viên ngân hàng

👉 Occupations are referred to differently when talking about one's own job as opposed to someone else's.
Khi nói về nghề nghiệp của mình và khi nói về nghề nghiệp của người khác, cách nói khác nhau.

225
いしゃ

おいしゃさん

doctor
bác sỹ

226
かんごし

かんごしさん

nurse
y tá

227
かいごし

かいごしさん

nurse/care worker
điều dưỡng viên

Section 2

228 けいさつかん / おまわりさん
policeman/policewoman
cảnh sát

229 えきいん / えきいんさん
station staff
nhân viên nhà ga

230 うんてんしゅ / うんてんしゅさん
driver
tài xế

231 しゃちょう
conductor
giám đốc

232 ぶちょう
director/senior manager
trưởng phòng

233 かちょう
manager
trưởng ban

234 しゃいん
worker
nhân viên

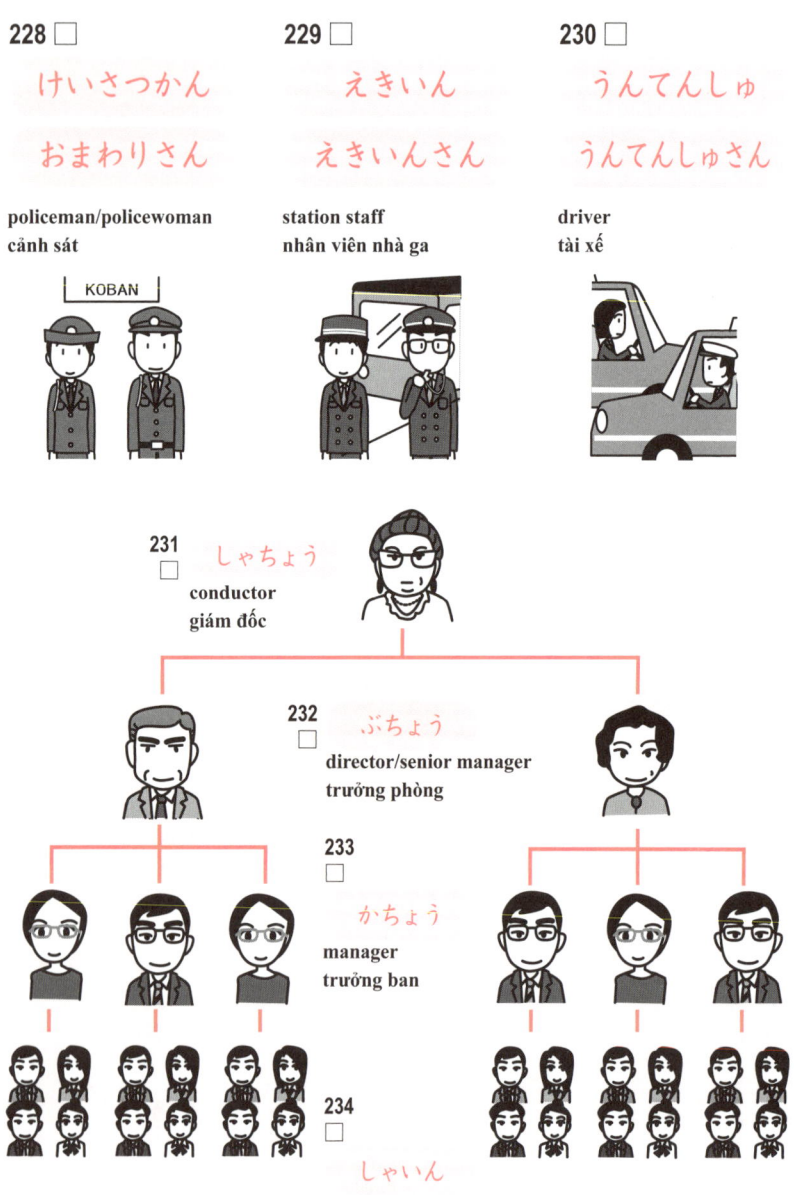

Section 3

これは 何ですか。
なん

What is this? / Đây là cái gì?

①

235 これ this / cái này, đây

> これは にほんごの 本です。
> ほん

This is a Japanese book.
Đây là sách tiếng Nhật.

236 それ that / cái đó, đó

> それは ちゅうごくごの 本です。
> ほん

That is a Chinese book.
Đó là sách tiếng Trung Quốc.

237 あれ that / cái kia, kia

> あれは パソコンです。

That is a personal computer.
Kia là máy tính.

43

Section 3

238 どれ

A「山田さんの かさは <u>どれ</u>ですか。」
B「これです。」

which
cái nào

A: Which umbrella is yours, Yamada-san?
B: This one.
A: Dù (ô) của anh / chị Yamada là cái nào?
B: Là cái này.

👉 "Ko", "so" and "a" can be used in two different ways:
① It expresses an area. If you are facing someone, the area around you is "kore," the area around the other person is "sore," and something that is in an area far from both you and the other person is "are."
② It expresses distance. Something close to both you and the other person is "kore," something that is slightly far away from both you and the other person is "sore," and something that is far from you and the other person is "are."

"こ・そ・あ" có 2 cách sử dụng.
① là cách nghĩ theo khu vực, vị trí. Khi bản thân và người kia đối diện nhau, khu vực của mình là "これ", khu vực của người khác là "それ", vật đều xa với cả mình và người kia là "あれ".
② là cách nghĩ theo cự ly, khoảng cách. Vật ở gần với mình và người kia là "これ", vật ở hơi cách xa mình và người kia là "それ", vật ở cách xa mình và người kia là "あれ".

②

Which bag is the teacher's?
Cặp xách của thầy / cô là cái nào?

先生の かばんは <u>どれ</u>ですか。

That one.
Cái kia.

あれです。

あれ

これ   それ

Chapter 3

239 この

this
~ này

山田さんの 本は どれですか。
この 本ですか。

Which book is Yamada-san's? Is it this book?
Sách của anh / chị Yamada là quyển nào? Quyển sách này phải không?

240 その

that
~ đó

その 本ですか。

Is it that book?
Quyển sách đó phải không?

241 あの

that
~ kia

あの 本ですか。

Is it that book?
Quyển sách kia phải không?

242 どの

which
~ nào?

どの 本ですか。

Which book is it?
Quyển sách nào?

Section 3

243 何 (なん)

A「これは何ですか。」
B「本です。」

what
cái gì?

A: What is this? / B: It's a book.
A: Đây là cái gì? / B: Là quyển sách.

244 めいし

name card
danh thiếp

245 ケータイ

cell phone
điện thoại di động (cầm tay)

246 スマホ

smartphone
điện thoại thông minh (nói tắt)

247 でんち

battery
pin

248 ノート

notebook
quyển vở, quyển tập

249 かみ

paper
tờ giấy, giấy

250 てちょう

pocket notebook
sổ tay

251 ボールペン

ball point pen
bút bi

252 シャープペンシル

mechanical pencil
bút chì bấm

253 えんぴつ

pencil
bút chì

254 けしごむ

eraser
cục gôm, tẩy

255 パンチ

hole punch
đồ bấm lỗ

Chapter 3

256 ホッチキス

stapler
đồ bấm

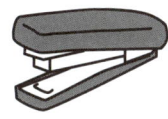

257 セロテープ

cellophane tape
băng keo trong

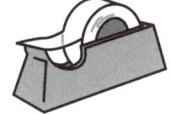

258 はさみ

scissors
cái kéo, cây kéo

259 はこ

box
cái hộp

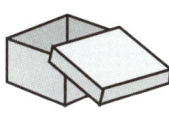

260	コンピューター	まいにち、コンピューターを つかいます。
	computer máy tính	I use the computer every day. Hàng ngày, tôi sử dụng máy tính.
261	パソコン	これは あにの パソコンです。
	personal computer máy tính (cá nhân)	This is my brother's personal computer. Đây là máy tính của anh tôi.
262	インターネット	インターネットで 電話ばんごうを しらべます。
	internet internet	I will check the phone number on the internet. Tôi tìm số điện thoại qua mạng internet.
263	しりょう	これは かいぎの しりょうです。
	materials tài liệu	These are the material for the meeting. Đây là tài liệu của cuộc họp.
264	きる	はさみで かみを きります。
	cut cắt	I will cut paper with a pair of scissors. Tôi cắt giấy bằng kéo.
265	つかう	この はさみを つかって ください。
	use dùng, sử dụng	Please use this pair of scissors. Hãy sử dụng cây kéo này.

Section 4

何<small>なん</small>こ ありますか。

How many is there? / Có bao nhiêu cái?

266

何こ
<small>なん</small>

how many
bao nhiêu (mấy) cái
(cục, trái, chiếc v.v.)

A「けしごむが <u>何こ</u> ありますか。」
B「10こです。」
<small>じゅっ</small>

A: How many erasers are there?
B: There are ten of them.
A: Có mấy cục tẩy (gôm)? / B: 10 cục.

267 □

〜こ

1こ <small>いっ</small>	2こ <small>に</small>	3こ <small>さん</small>	4こ <small>よん</small>	5こ <small>ご</small>

6こ <small>ろっ</small>	7こ <small>なな</small>	8こ <small>はっ</small>	9こ <small>きゅう</small>	10こ <small>じゅっ</small>
			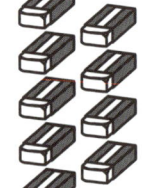	

268

何だい (なん)

A「パソコンが <u>何だい</u> ありますか。」
B「2だい あります。」

how many
bao nhiêu (mấy) cái
(đếm máy móc, xe cộ v.v.)

A: How many computers are there?
B: There are two of them.
A: Có mấy cái máy tính?
B: Có 2 cái.

269

〜だい

1だい (いち)
2だい (に)
3だい (さん)
4だい (よん)
5だい (ご)

6だい (ろく)
7だい (なな)
8だい (はち)
9だい (きゅう)
10だい (じゅう)

Section 5

時間
じかん

Time / Thời gian

270	何時 なんじ **what time** mấy giờ	A「何時ですか。」 　　なんじ B「3時です。」 　　さんじ A: What time is it? / B: It's 3 o'clock. A: Mấy giờ? / B: 3 giờ.
271	何分 なんぷん **what time** mấy phút	A「何時何分ですか。」 　　なんじ なんぷん B「6時 20 分です。」 　　ろくじ にじゅっぷん A: What time is it exactly? / B: It's 6:20. A: Mấy giờ mấy phút? / B: 6 giờ 20 phút.

272 ☐

～時
　じ

~ hours
~ giờ

1時　　　　2時　　　　3時　　　　4時
いちじ　　　にじ　　　　さんじ　　　よじ

5時　　　　6時　　　　7時　　　　8時
ごじ　　　　ろくじ　　　しちじ　　　はちじ

Chapter 3

 9時
くじ

 10時
じゅうじ

11時
じゅういちじ

12時
じゅうにじ

273 ☐

 ～分
ふん

~ minutes
~ phút

 1分
いっぷん

 2分
にふん

3分
さんぷん

4分
よんぷん

| 00 : 01 | 00 : 02 | 00 : 03 | 00 : 04 |

5分
ごふん

6分
ろっぷん

7分
ななふん

8分
はち/はっぷん

| 00 : 05 | 00 : 06 | 00 : 07 | 00 : 08 |

9分
きゅうふん

10分
じゅっぷん

11分
じゅういっぷん

12分
じゅうにふん

| 00 : 09 | 00 : 10 | 00 : 11 | 00 : 12 |

Section 5

15分 じゅうごふん	20分 にじゅっぷん	30分 さんじゅっぷん	40分 よんじゅっぷん
00:15	00:20	00:30	00:40

274 ☐

45分 よんじゅうごふん	50分 ごじゅっぷん		半 はん
00:45	00:50		00:30

275 ☐	～ごろ	8時40分ごろ 学校へ 行きます。 はち じ よんじゅっぷん　　　　がっこう　 い
	around **khoảng ~ (chỉ thời điểm)**	I go to school around 8:40 a.m. Tôi đi học vào khoảng 8 giờ 40 phút.
276 ☐	ごぜん	ごぜん 1時です。 　　　　い ち じ
	a.m. **buổi sáng (tính đến 12 giờ trưa)**	It's 1:00 a.m. 1 giờ sáng.
277 ☐	ごご	ごご 7時です。 　　　し ち じ
	p.m. **buổi chiều tối (tính từ 12 giờ trưa)**	It's 7:00 p.m. 7 giờ tối.
278 ☐	いま	A「いま、何時ですか。」 　　　　　なん じ B「2時半です。」 　　に じ はん
	now **bây giờ**	A: What time is it now? / B: It's 2:30. A: Bây giờ, mấy giờ rồi? / B: 2 giờ rưỡi.

279	～ぐらい	30分(さんじゅっぷん)ぐらい 休(やす)みましょう。
	about ~ khoảng ~ (chỉ khoảng thời gian)	Let's rest for about 30 minutes. Hãy nghỉ ngơi khoảng 30 phút.
280	～時間(じかん)	きのう、1時間(いちじかん) べんきょうしました。
	~ hours ~ tiếng (đồng hồ)	I studied for an hour yesterday. Hôm qua tôi đã học bài một tiếng đồng hồ.
281	何時間(なんじかん)	A「まいにち、何時間(なんじかん) はたらきますか。」 B「8時間(はちじかん) はたらきます。」
	how many hours bao nhiêu (mấy) tiếng (đồng hồ)	A: How many hours do you work every day? B: I work 8 hours. A: Hàng ngày, bạn làm việc bao nhiêu tiếng ? B: Tôi làm việc 8 tiếng.
282	～から	学校(がっこう)は 8時(はちじ)からです。
	from từ ~	School is from 8 o'clock. Trường học bắt đầu từ 8 giờ.
283	～まで	かいしゃは 9時(くじ)から 5時(ごじ)までです。
	to đến ~	I work at the office from 9 a.m. to 5 p.m. Công ty (bắt đầu) từ 9 giờ đến 5 giờ.

かぞえかた

How to Count / cách đếm

There are various ways to count in Japanese. There is no change if the counter suffix that follows the number starts with a voiced consonant, like "b" "m" "d" "g". There is a lot of change if the counter suffix starts with a voiceless consonant, like "t" "s" "k" "h".

Trong tiếng Nhật có nhiều cách đếm. Trường hợp sau chữ số, số đếm bắt đầu từ phụ âm hữu thanh ([b][m][d][g] v.v.) thì không có sự thay đổi. Trường hợp bắt đầu từ phụ âm vô thanh ([t][s][k][h v.v.) thì có sự thay đổi lớn.

▶ [b][m][d][g] などで はじまる れい

	order thứ tự, tuần tự 〜番	thin and flat things vật mỏng, dẹp 〜枚	machines and vehicles máy móc và xe cộ 〜台
1	いちばん	いちまい	いちだい
2	にばん	にまい	にだい
3	さんばん	さんまい	さんだい
4	よんばん	よんまい	よんだい
5	ごばん	ごまい	ごだい
6	ろくばん	ろくまい	ろくだい
7	ななばん	ななまい	ななだい
8	はちばん	はちまい	はちだい
9	きゅうばん	きゅうまい	きゅうだい
10	じゅうばん	じゅうまい	じゅうだい
?	なんばん	なんまい	なんだい

▶ [t][s][k][h] などで はじまる れい

	books and notebooks sách và vở 〜冊	frequency tần suất, số lần 〜回	thin and long things vật ốm, dài 〜本	drinks, etc., in cups and glasses đồ uống trong cốc, ly v.v. 〜杯
1	いっさつ	いっかい	いっぽん	いっぱい
2	にさつ	にかい	にほん	にはい
3	さんさつ	さんかい	さんぼん	さんばい
4	よんさつ	よんかい	よんほん	よんはい
5	ごさつ	ごかい	ごほん	ごはい
6	ろくさつ	ろっかい	ろっぽん	ろっぱい
7	ななさつ	ななかい	ななほん	ななはい
8	はっさつ	はっかい	はっぽん	はっぱい
9	きゅうさつ	きゅうかい	きゅうほん	きゅうはい
10	じゅっさつ	じゅっかい	じゅっぽん	じゅっぱい
?	なんさつ	なんかい	なんぼん	なんばい

N5 Chapter 4

友だち
とも
Friend / Bạn bè

			単語 No. たんご
Section 1	どんな 人？ ひと	What kind of person? Người như thế nào?	284 ～ 305
Section 2	シャツを きて います。 I wear a shirt. / Mặc áo.		306 ～ 324
Section 3	スカートを はきます。 I wear a skirt. / Mặc váy.		325 ～ 343
Section 4	あそぶ	Play Chơi	344 ～ 365
Section 5	町 まち	Town Phố xá, thị trấn	366 ～ 393

Section 1

どんな 人(ひと)？

What kind of person? / Người như thế nào?

284	友(とも)だち friend bạn bè	友(とも)だちと よこはまへ 行(い)きます。 I will go to Yokohama with my friend. Tôi sẽ đi Yokohama với bạn.
285	どんな what kind of như thế nào	A「スミスさんは どんな 人(ひと)ですか。」 A: What kind of a person is Smith-san? A: Anh Smith là người như thế nào?
286	人(ひと) person người	B「しんせつな 人(ひと)です。」 B: He/she is a kind person. B: Là người tử tế.
287	しんせつな kind tử tế	スミスさんは しんせつです。 Smith-san is kind. Anh Smith tử tế.
288	みんな everyone mọi người	友(とも)だちは みんな しんせつです。 All of my friends are kind. Bạn tôi mọi người đều tử tế.
289	元気(げんき)な energetic, fine, happy khỏe mạnh	スミスさんの おばあさんは 元気(げんき)です。 Smith-san's grandmother is doing fine. Bà của anh Smith khỏe mạnh.
290	きれいな beautiful, clean đẹp, sạch	① ハインさんは きれいな 人(ひと)です。 ② この 学校(がっこう)は きれいです。 ①Hein-san is a beautiful person. ②This school is beautiful. ①Chị Hạnh là người đẹp. ②Trường học này sạch đẹp.

👍 ①beautiful ② clean, orderly
①Đẹp ② Sạch sẽ, ngăn nắp

Chapter 4

291 ハンサムな | ホアンさんは ハンサムです。
handsome | Huang-san is handsome.
đẹp trai | Anh Hoàng đẹp trai.

292 かわいい | ララちゃんは かわいいです。
cute | Lara-chan is cute.
dễ thương | Bé Lala dễ thương.

293 かっこいい | ジョンさんは かっこいいです。
cool | John-san is cool.
đẹp trai, phong độ | Anh John phong độ.

294 あたまが いい | 山田さんは あたまが いいです。
intelligent | Yamada-san is intelligent.
thông minh | Anh / Chị Yamada thông minh.

295 やさしい | ハインさんは やさしいです。
kind | Hein-san is kind
tử tế, hiền lành | Chị Hạnh hiền lành.

296 ユーモア | 山田さんは ユーモアが あります。
humor | Yamada-san is humorous.
hài hước, hóm hỉnh | Anh / Chị Yamada có óc hài hước.

297 せ | ホアンさんは せが 高いです。
height | Huang-san is tall.
chiều cao, lưng | Anh Hoàng cao.

298 高い | ホアンさんは 山田さんより せが 高いです。
tall | Huang-san is taller than Yamada-san.
cao | Anh Hoàng cao hơn anh Yamada.

299 ひくい | わたしは せが ひくいです。
short | I am short.
thấp | Tôi thấp.

Section 1

300	目 <small>め</small> **eye** **mắt**	ララちゃんは 目が 大きいです。 Lara-chan has big eyes. Bé Lala mắt to.
301	大きい <small>おお</small> **big** **to, lớn**	大きい 犬が います。 There is a big dog. Có con chó lớn.
302	小さい <small>ちい</small> **small** **nhỏ**	わたしの カメラは 小さいです。 My camera is small. Máy chụp hình của tôi nhỏ.
303	かみ **hair** **tóc**	きのう、かみを きりました。 Yesterday, I cut my hair. Hôm qua, tôi đã cắt tóc.
304	長い <small>なが</small> **long** **dài**	ハインさんは かみが 長いです。 Hein-san's hair is long. Chị Hạnh tóc dài.
305	みじかい **short** **ngắn**	ララちゃんは かみが みじかいです。 Lara-chan's hair is short. Bé Lala tóc ngắn.

Section 2

シャツを きて います。

I am wearing a shirt. / Mặc áo.

306	ふく	きのう、ふくを 買いました。
	clothes áo quần	Yesterday I bought some clothes. Hôm qua, tôi đã mua áo quần.
307	サイズ	大きい サイズが ありません。
	size kích cỡ	There are no large sizes. Không có kích cỡ lớn.
308	すてきな	かっこいい シャツですね。すてきです。
	fancy, nice đẹp, tuyệt	That is a fancy shirt. It looks great. Chiếc áo thun ngầu nhỉ. Thật đẹp.
309	デザイン	すてきな デザインですね。
	design thiết kế, mẫu mã	It's a great design. Mẫu mã đẹp nhỉ.
310	きる	うわぎを きます。
	wear mặc	I will wear my overcoat. Tôi mặc áo khoác.
311	ぬぐ	・コートを ぬぎます。　・くつを ぬぎます。
	take off cởi	I will take off my coat. / I will take off my shoes. -Tôi cởi áo choàng. / -Tôi cởi giày.
312	あかい	あかい コートを 買いました。
	red đỏ	I bought a red coat. Tôi đã mua áo choàng đỏ.
313	あおい	あおい シャツを きて います。
	blue xanh (da trời)	I am wearing a blue shirt. Tôi mặc áo thun xanh.

Section 2

314 しろい

しろい スーツを 買いたいです。

white
trắng

I want to buy a white suit.
Tôi muốn mua bộ vét trắng.

315 くろい

くろい セーターを きます。

black
đen

I will wear a black sweater.
Tôi mặc áo len đen.

316 きいろい

きいろい ふくを 買います。

yellow
vàng

I will buy yellow clothes.
Tôi sẽ mua áo vàng.

317 いろいろな

いろいろな ぼうしを もって います。

various
nhiều loại, đủ thứ

I have various hats.
Tôi có nhiều loại mũ nón.

---

318 □ シャツ

shirt
áo thun, áo sơ-mi, áo

319 □ セーター

sweater
áo len

320 □ コート

coat
áo khoác, áo choàng

321 □ スーツ

suit
đồ vét

322 □ うわぎ

jacket, coat, top
áo khoác

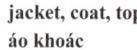

323 □ したぎ

underwear
đồ lót

324 □ きもの

kimono
kimono, đồ mặc

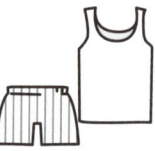

Section 3

スカートを はきます。

I wear a skirt. / Mặc váy.

325 はく

くろい スカートを <u>はき</u>ます。

wear
mặc (váy, quần)

I wear a black skirt.
Tôi mặc váy đen.

👉 "Kiru" is used for wearing something above the waist, and "haku" is used for wearing something below the waist.

Vật từ eo trở lên thì dùng "きる", từ eo trở xuống thì dùng "はく".

326 ズボン

pants
quần, quần dài

327 ジーンズ

jeans
quần jeans

328 パンツ

pants
quần tây

329 スカート

skirt
váy

330 くつ

shoes
giày

331 くつした

socks
vớ, tất

Section 3

332 かぶる

wear
đội

くろい ぼうしを かぶります。

I wear a black hat.
Tôi đội mũ đen.

333 ぼうし

hat
nón, mũ

334 (めがねを) かける

wear (glasses)
đeo (mắt kính)

めがねを かけます。

I wear a pair of glasses.
Tôi đeo mắt kính.

335 めがね

glasses
mắt kính

336 サングラス

sun glasses
kính mát

Chapter 4

337 (ゆびわを)する | きれいな ゆびわを <u>し</u>ます。

wear (a ring)
đeo (nhẫn)

I wear a beautiful ring.
Tôi đeo chiếc nhẫn đẹp.

338 ネクタイ

necktie
cà vạt

339 ゆびわ

ring
chiếc nhẫn

340 とけい

watch
đồng hồ

341 もつ | A「かばんを <u>もち</u>ましょうか。」
B「はい、ありがとうございます。」

hold
có, cầm, giữ, xách

A: Shall I hold the bag? / B: Yes, thank you.
A: Tôi cầm túi xách cho bạn nhé. / B: Vâng, cảm ơn.

342 かばん

bag
cặp, túi xách

343 さいふ

purse
ví, bóp

Section 4
あそぶ

Play / Chơi

344	あそぶ	・日よう日に 子どもと あそびました。 ・しんじゅくへ あそびに 行きます。
	have fun chơi đùa, chơi	I played with the children on Sunday. I will go have fun in Shinjuku. -Chủ nhật, tôi đã chơi đùa cùng các con. -Tôi đi Shinjuku chơi.
345	あんない〈する〉	きょうとを あんないします。
	guide hướng dẫn, giới thiệu	I will show you Kyoto. Tôi sẽ giới thiệu Kyoto.
346	むかえる	なりたへ 父を むかえに 行きます。
	pick up đón	I will pick up my father at Narita. Tôi đi đến Narita để đón bố.
347	つれていく	子どもを どうぶつえんへ つれていきました。
	take dẫn đi	I took the children to the zoo. Tôi đã dẫn con đi sở thú.
348	つれてくる	おとうとが うちへ 友だちを つれてきました。
	bring over dẫn đến	My younger brother brought home his friend. Em trai tôi dẫn bạn đến nhà.
349	どうぶつ	いろいろな どうぶつを 見ました。
	animal động vật, con vật	I saw various animals. Tôi đã xem nhiều động vật.
350	どうぶつえん	子どもと どうぶつえんへ 行きました。
	zoo sở thú	I went to the zoo with the children. Tôi đã đi sở thú với các con.

Chapter 4

351 パンダ / うえのどうぶつえんに パンダが いました。

panda
gấu trúc

There was a panda at Ueno Zoo.
Ở sở thú Ueno có gấu trúc.

352 ぞう / タイで ぞうを 見ました。

elephant
con voi

I saw an elephant in Thailand.
Tôi đã xem voi ở Thái Lan.

353 うま / うまを 見たいです。

horse
con ngựa

I want to see a horse.
Tôi muốn xem con ngựa.

354 [お]まつり / あさくさで おまつりが あります。

festival
lễ hội

There is a festival in Asakusa.
Ở Asakusa có lễ hội.

355 [お]てら / かまくらに おてらが あります。

temple
chùa

There are temples in Kamakura.
Ở Kamakura có chùa.

356 じんじゃ / きょうとで じんじゃへ 行きました。

shrine
đền thờ Thần đạo

I went to a shrine in Kyoto.
Tôi đã đi đền thờ Thần đạo ở Kyoto.

357 りょこう〈する〉 / 休みに りょこうを します。

travel
(chuyến) du lịch

I will travel during the holidays.
Tôi sẽ du lịch vào ngày nghỉ.

358 じゅんび〈する〉 / りょこうの じゅんびを します。

preparation
chuẩn bị

I will prepare for the trip.
Tôi chuẩn bị cho chuyến du lịch.

359 よやく〈する〉 / ホテルを よやくします。

reservation
đặt trước

I will reserve a hotel.
Tôi đặt khách sạn.

Section 4

360 ホテル — hotel / khách sạn
ホテルに 電話を かけます。
I will call the hotel.
Tôi gọi điện thoại đến khách sạn.

361 とまる — stay over / nghỉ trọ
きれいな ホテルに とまりたいです。
I want to stay at a beautiful hotel.
Tôi muốn nghỉ ở khách sạn sạch đẹp.

362 ロビー — lobby / sảnh
ロビーに 電話が あります。
There is a phone in the lobby.
Ở sảnh có điện thoại.

363 おみやげ — souvenir / quà
かぞくに おみやげを 買います。
I bought souvenirs for the family.
Tôi sẽ mua quà cho gia đình.

364 サービス — service / dịch vụ
ホテルは サービスが いいです。
The hotel has good service.
Dịch vụ (của) khách sạn tốt.

365 ホームステイ〈する〉 — homestay / homestay
アメリカで ホームステイしました。
I did a homestay in America.
Tôi đã homestay ở Mỹ.

Section 5

町
まち

Town / Phố xá, thị trấn

366	町 まち town phố	しぶやは とうきょうの 町です。 まち Shibuya is a city in Tokyo. Shibuya là khu phố ở Tokyo.
367	けん prefecture tỉnh	ディズニーランドは ちばけんに あります。 Disneyland is in Chiba Prefecture. Disneyland nằm ở tỉnh Chiba.

368 とうきょう
Tokyo

369 なりた
Narita

370 うえの
Ueno

371 あさくさ
Asakusa

372 しんじゅく
Shinjuku

373 あきはばら
Akihabara

374 しぶや
Shibuya

375 ぎんざ
Ginza

376 はねだ
Haneda

377 よこはま
Yokohama

378 かまくら
Kamakura

Section 5

#		
379	ほっかいどう	Hokkaido
380	さっぽろ	Sapporo
381	せんだい	Sendai
382	にっこう	Nikko
383	ふじさん	Mt. Fuji
384	かなざわ	Kanazawa
385	なごや	Nagoya
386	きょうと	Kyoto
387	なら	Nara
388	おおさか	Osaka
389	こうべ	Kobe
390	ひろしま	Hiroshima
391	ふくおか	Fukuoka
392	ながさき	Nagasaki
393	おきなわ	Okinawa

N5
Chapter
5
きょうの ごはん

Today's Meal / Cơm hôm nay

単語 No.

Section 1	あさ・よる	Morning, Evening Sáng - Tối	394 〜 418
Section 2	食べる・飲む	Eat, Drink Ăn - Uống	419 〜 459
Section 3	りょうり	Cooking Món ăn	460 〜 482
Section 4	レストラン	Restaurant Nhà hàng	483 〜 503
Section 5	どうですか。	How is it? Như thế nào?	504 〜 518

Section 1
あさ・よる

Morning, Evening / Sáng - Tối

394	あさ **morning** buổi sáng	<u>あさ</u>、6時に おきます。 I wake up at 6:00 a.m. in the morning. Buổi sáng, tôi thức dậy lúc 6 giờ.
395	ひる **noon/daytime** buổi trưa, ban ngày	<u>ひる</u>、しごとを します。 I work during the day. Ban ngày, tôi làm việc.
396	よる **evening** buổi tối	<u>よる</u>、本を 読みます。 I read in the evening. Buổi tối, tôi đọc sách.
397	まいあさ **every morning** mỗi sáng	<u>まいあさ</u>、CDを 聞きます。 I listen to the CD every morning. Mỗi sáng, tôi nghe đĩa CD.
398	まいばん **every night** mỗi tối	<u>まいばん</u>、べんきょうを しています。 I study every night. Mỗi tối, tôi học bài.
399	けさ **this morning** sáng nay	<u>けさ</u>、友だちに 電話を かけました。 I called my friend this morning. Sáng nay, tôi đã gọi điện thoại cho bạn tôi.
400	こんばん **good evening** tối nay	<u>こんばん</u>、ホテルに とまります。 Tonight I will stay in a hotel. Tối nay, tôi sẽ ở (trọ) lại khách sạn.
401	おきる **wake up** thức dậy	まいあさ、7時に <u>おき</u>ます。 I wake up at 7:00 a.m. every morning. Mỗi sáng, tôi thức dậy lúc 7 giờ.

Chapter 5

402 ねる

まいばん、11時ごろ ねます。
じゅういち じ

sleep
ngủ

I sleep around 11:00 p.m. every night.
Mỗi tối, tôi đi ngủ lúc 11 giờ.

403 見る
み

テレビを ぜんぜん 見ません。
み

watch
nhìn, xem

I never watch television.
Tôi hoàn toàn không xem tivi.

404 ニュース

きのう、ニュースを 見ました。
み

news
tin tức

Yesterday, I watched the news.
Hôm qua, tôi đã xem tin tức.

405 ラジオ

よる、ラジオの ニュースを 聞きます。
き

radio
radio

I listen to the radio in the evening.
Buổi tối, tôi nghe tin tức qua radio.

406 テレビ

うちに テレビは ありません。

television
tivi

I don't have a television at home.
Nhà tôi không có tivi.

407 はやい

A「けさ、5時に おきました。」
ごじ
B「はやいですね。」

early
sớm

A: I woke up at 5:00 a.m. this morning. / B: That's early.
A: Sáng nay, tôi đã thức dậy lúc 5 giờ. / B: Sớm nhỉ.

408 はやい

A「とうきょうから おおさかまで 2時間半です。」
に じ かんはん
B「はやいですね。」

fast
nhanh

A: It takes two and a half hours from Tokyo to Osaka.
B: That's fast.
A: Từ Tokyo đến Osaka mất 2 tiếng rưỡi. / B: Nhanh nhỉ.

409 おそい

A「まいばん、1時ごろ ねます。」
いち じ
B「おそいですね。」

late
trễ, muộn, chậm, lâu

A: I go to sleep around 1:00 a.m. every night.
B: That's late.
A: Mỗi tối, tôi ngủ vào khoảng 1 giờ. / B: Muộn nhỉ.

Section 1

410 かがみ | かがみで かおを 見ます。
mirror | I see my face in the mirror.
gương soi | Tôi nhìn mặt trong gương./ Tôi soi gương.

411 かお
face
mặt

412 あらう | あさ、かおを あらいます。
wash | I wash my face in the morning.
rửa | Buổi sáng, tôi rửa mặt.

413 [お]ふろ
bath
bồn tắm, tắm

414 入る | おふろに 入ります。
take | I take a bath.
vào, đi (tắm) | Tôi đi tắm.

415 シャワー
shower
vòi sen

416 あびる | シャワーを あびます。
take | I take a shower.
tắm (vòi sen) | Tôi tắm vòi sen.

417 は
teeth
răng

418 みがく | はを みがきます。
brush | I brush my teeth.
đánh, chải (răng) | Tôi đánh răng.

Section 2

食べる・飲む
た の

Eat, Drink / Ăn - Uống

419	食べる た eat ăn	学校で ひるごはんを 食べます。 がっこう　　　　　　　　　　　た I eat lunch at school. Tôi ăn trưa tại trường.
420	食べ物 た もの food đồ ăn, thức ăn	これは ベトナムの 食べ物です。 　　　　　　　　　　　　た もの This is Vietnamese food. Đây là đồ ăn Việt Nam.
421	あさごはん breakfast cơm sáng, điểm tâm	7時に あさごはんを 食べます。 しちじ　　　　　　　　　　　　た I eat breakfast at 7:00 a.m. Tôi ăn sáng lúc 7 giờ.
422	ひるごはん lunch cơm trưa	12時に ひるごはんを 食べます。 じゅうに じ　　　　　　　　　　　た I eat lunch at 12:00 p.m. Tôi ăn trưa lúc 12 giờ.
423	ばんごはん dinner cơm tối	友だちと ばんごはんを 食べました。 とも　　　　　　　　　　　　　た I ate dinner with my friends. Tôi đã ăn tối với bạn tôi.
424	たくさん lot nhiều loại, đủ thứ	パンを たくさん 食べました。 　　　　　　　　　　　た I ate a lot of bread. Tôi đã ăn nhiều bánh mì.
425	スーパー supermarket siêu thị	スーパーで 肉を 買います。 　　　　　　にく　　か I buy meat at the supermarket. Tôi mua thịt ở siêu thị.

394 - 518

Section 2

426 肉(にく)
meat
thịt
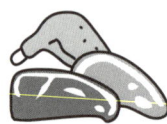

427 ぎゅう肉(にく)
beef
thịt bò

428 ぶた肉(にく)
pork
thịt lợn, thịt heo

429 とり肉(にく)
chicken
thịt gà

430 魚(さかな)
fish
cá

431 たまご
egg
trứng
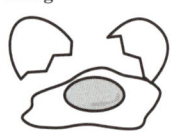

432 やさい
vegetable
rau

433 くだもの
fruits
trái cây

434 バナナ
banana
chuối

435 りんご
apple
táo

436 レモン
lemon
chanh

437 みかん
mandarin orange
quýt

438 パン
bread
bánh mì

439 [お]かし
snacks
bánh kẹo

440 チョコレート
chocolate
sô-cô-la

Chapter 5

441 飲む (の)
水を 飲みます。
drink / uống
I drink water.
Tôi uống nước.

442 飲み物 (の もの)
A「飲み物は 何が いいですか。」
B「コーヒーを おねがいします。」
drinks / thức uống
A: What would you like to drink? / B: Coffee please.
A: Bạn thích uống gì? / B: Vui lòng cho tôi cà phê.

443 水 (みず)
つめたい 水が 飲みたいです。
water / nước
I want to drink cold water.
Tôi muốn uống nước lạnh.

444 [お]ゆ
カップに おゆを 入れます。
hot water / nước nóng
I will pour hot water in the cup.
Tôi cho nước nóng vào ly.

445 つめたい
つめたい ジュースが 飲みたいです。
cold / lạnh
I want to drink cold juice.
Tôi muốn uống nước trái cây lạnh.

446 〜が いい
A「コーヒーと こうちゃと どちらが いいですか。」
B「こうちゃが いいです。」
want/better / thích 〜, 〜 tốt, 〜 được
A: Which would you like, coffee or tea?
B: I would like tea.
A: Bạn thích cà phê hay hồng trà?
B: Tôi thích hồng trà.

ref. 525 "dochira" (p. 86) / Tham khảo "どちら" (tr.86)

447 入れる (い)
・こうちゃに ミルクを 入れます。
・かばんに 本を 入れます。
put in / cho vào
I put milk in my tea. / I put the book in the bag.
-Tôi cho sữa vào hồng trà. / -Tôi cho sách vào túi xách.

448 ミルク
コーヒーに ミルクを 入れます。
milk / sữa
I put milk in coffee.
Tôi cho sữa vào cà phê.

Section 2

449 じどうはんばいき | じどうはんばいきで 飲み物を 買います。

vending machine
máy bán hàng tự động

I buy drinks at the vending machine.
Tôi mua thức uống bằng máy bán hàng tự động.

450 ぎゅうにゅう

milk
sữa tươi

451 ジュース

juice
nước trái cây

452 コーヒー

coffee
cà phê

453 こうちゃ

tea
hồng trà

454 おちゃ

green tea
trà

455 [お]さけ

sake
(Japanese rice wine)
rượu sake

456 ビール

beer
bia

457 ワイン

wine
rượu vang

458 カップ

cup
tách, cốc

459 コップ

cup
ly, cốc

Section 3
りょうり

Cooking / Món ăn

---

460 りょうり

cooking/cuisine
món ăn

これは 日本の りょうりです。
に ほん

This is Japanese food.
Đây là món ăn (của) Nhật Bản.

---

461 ごはん

rice
cơm

462 サンドイッチ

sandwich
bánh mì sandwich

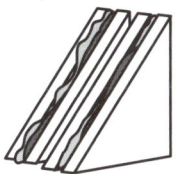

463 おにぎり

onigiri (rice ball)
cơm nắm

---

464 [お]べんとう

box lunch
cơm hộp

465 ラーメン

ramen noodles
mì ramen

466 パスタ

pasta
mì Ý

77

Section 3

467
うどん
udon noodles
udon

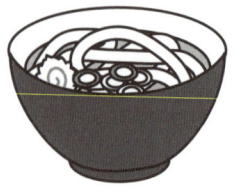

468
そば
soba noodles
mì soba

469
てんぷら
tempura
tempura (món ăn tẩm bột chiên)

470
すきやき
sukiyaki (Japanese beef hot pot)
sukiyaki (món lẩu)

471
さしみ
sashimi (sliced raw fish)
sashimi (cá sống)

472
カレーライス
curry rice
cơm cà ri

473
ぎゅうどん
beef bowl
cơm bò xào

474
[お]すし
sushi
sushi (cơm cuộn)

475

ケーキ

cake
bánh kem

476

アイスクリーム

ice cream
kem

477 とる

さとうを <u>とって</u> ください。

get
lấy

Please pass me the sugar.
Hãy lấy đường giùm tôi.

478 さとう

479 しお

480 しょうゆ

481 ニョクマム

482 ナンプラー

sugar
đường

salt
muối

soy sauce
nước tương

nuoc mam
(Vietnamese
fish sauce)
nước mắm

nam pla
(Thai fish sauce)
nước mắm
(Thái Lan)

👉 "nuoc mam" is Vietnamese fish sauce, "nam pla" is Thai fish sauce.
"Nước mắm" là của Việt Nam, còn "Nampla" là của Thái Lan.

Section 4
レストラン

Restaurant / Nhà hàng

---

483 何(なに)

A「レストランで <u>何</u>を 食べましたか。」
B「パスタを 食べました。」

what
cái gì?

A: What did you eat at the restaurant? / B: I had pasta.
A: Bạn ăn gì ở nhà hàng? / B: Tôi đã ăn mì Ý.

---

484 何か(なに)

A「あさ、<u>何か</u> 食べましたか。」
B「いいえ、何も 食べませんでした。」

something
cái gì đó

A: Did you eat something in the morning?
B: No, I had nothing.
A: Buổi sáng bạn có ăn gì đó không?
B: Không, tôi đã không ăn gì cả.

---

485 しょくじ〈する〉

しょくどうで 友(とも)だちと <u>しょくじし</u>ました。

meal
bữa ăn

I had my meal with my friend at the cafeteria.
Tôi dùng bữa với bạn ở quán ăn.

---

486 ゆうめいな

すしは 日本(にほん)の <u>ゆうめいな</u> りょうりです。

famous
nổi tiếng

Sushi is a famous Japanese dish.
Sushi là món ăn nổi tiếng của Nhật Bản.

---

487 入(はい)る

① レストランに <u>入り</u>ます。
② 大学(だいがく)に <u>入り</u>ます。

enter
vào

①I will enter the restaurant.
②I will enroll in a university.
①Tôi vào nhà hàng.
②Tôi vào đại học.

👍 ①enter inside something ②enroll in a school
①Vào trong ②Nhập học

---

488 レストラン

友(とも)だちと <u>レストラン</u>に 行(い)きました。

restaurant
nhà hàng

I went to the restaurant with my friend.
Tôi đi nhà hàng với bạn.

Chapter 5

489 しょくどう

しょくどうは 11時から 7時までです。

cafeteria
tiệm ăn, quán ăn

The cafeteria is open from 11 a.m. to 7 p.m.
Quán ăn (bắt đầu) từ 11 giờ đến 7 giờ.

490 ていしょく

しょくどうで ていしょくを 食べます。

set meal
cơm phần (bao gồm cơm, canh, thức ăn)

I eat the set meal at the cafeteria.
Tôi ăn cơm phần ở quán ăn.

491 きっさてん

きっさてんで サンドイッチを 食べました。

coffee shop
quán nước

I ate sandwiches at the coffee shop.
Tôi đã ăn sandwich ở quán nước.

492 ～で

スプーンで カレーライスを 食べます。

with ~
bằng ~

I eat curry rice with a spoon.
Tôi ăn cơm cà ri bằng thìa.

---

493 はし

chopsticks
đũa

494 スプーン

spoon
muỗng, thìa

495 フォーク

fork
nĩa

496 ナイフ

knife
dao

497 さら

plate
đĩa

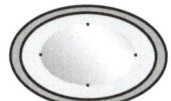

498 ちゃわん

bowl
chén, bát

☞ Women often say, "o-hashi," "o-sara" and "o-chawan".
Nữ giới thường dùng "おはし", "おさら", "おちゃわん".

Section 4

499 いらっしゃいませ。

Welcome.
Kính chào quý khách

500 ごちゅうもんは？

What would you like to order?
Quý khách gọi món gì?

サンドイッチを おねがいします。

One sandwich, please.
Cho tôi sandwich.

501 これで おねがいします。

はい。
Okay.
Vâng.

This one, please.
Lấy cho tôi cái này.

502 ほかに	A「ほかに ごちゅうもんは？」 B「コーヒーを おねがいします。」
anything else ngoài ra, khác	A: Would you like anything else? / B: Coffee, please. A: Ngoài ra quý khách có dùng gì khác không ạ? B: Cho tôi cà phê.
503 べつべつに	べつべつに おねがいします。
separately riêng lẻ, riêng biệt	Separately, please. Vui lòng để riêng lẻ.

Section 5

どうですか。

How is it? / Như thế nào?

---

504 どう

A「日本の 食べ物は どうですか。」
B「おいしいです。」

how
thế nào

A: How do you find Japanese food? / B: It's good.
A: Bạn thấy thức ăn Nhật Bản thế nào? / B: Ngon lắm.

505 あまい

この ケーキは あまいですね。

sweet
ngọt

This cake is sweet.
Bánh kem này ngọt nhỉ.

506 からい

からい りょうりを よく 食べます。

hot
cay

I eat hot food a lot.
Tôi thường ăn thức ăn cay.

507 おいしい

くだものは おいしいです。

tasty
ngon

The fruit is tasty.
Trái cây thì ngon.

508 ぜんぶ

(お)べんとうを ぜんぶ 食べました。

all
toàn bộ, hết toàn bộ

I ate all that was in the box lunch.
Tôi đã ăn hết cơm hộp.

509 じぶんで

A「おいしい りょうりですね。ぜんぶ じぶんで
つくりましたか。」
B「はい。」

by myself
tự mình

A: This is good food. Did you cook it yourself? / B: Yes.
A: Thức ăn ngon nhỉ. Tất cả là bạn tự mình làm hết à?
B: Vâng.

510 おなかが すく

おなかが すきましたね。何か 食べませんか。

become hungry
đói bụng

I'm becoming hungry. Shall we eat something?
Đói bụng rồi nhỉ. Ăn cái gì đó không?

Section 5

511 のどが かわく

のどが かわきましたね。何か 飲みませんか。

become thirsty
khát nước

I'm getting thirsty. Shall we drink something?
Khát nước rồi nhỉ. Uống cái gì đó không?

512 いっぱいな

おなかが いっぱいです。

full
nhiều, no

I am full.
Tôi no rồi.

513 いかがですか

ワインは いかがですか。

would you like
thế nào, mời ai ăn / uống (cách nói lịch sự)

Would you like some wine?
Anh uống rượu vang không?

514 もう いっぱい

A「もう いっぱい いかがですか。」

one more serving
thêm một (ly, chén)

A: How about another serving?
A: Anh (uống) thêm một chén nhé?

515 けっこうです

B「いいえ、けっこうです。」

no thank you
đủ, được

B: No, thank you.
B: Không, tôi đủ rồi.

516 かんぱい

A・B「かんぱい!」

cheers
cạn ly

A&B: Cheers!
A&B: Cạn ly!

Let's eat. / Tôi xin phép ăn./ Mời dùng. (Nói trước khi ăn, uống)

I'm full. / Cám ơn đã cho bữa ăn ngon. (Nói sau khi ăn, uống)

517 いただきます。

518 ごちそうさまでした。

N5
Chapter
6
しゅみ

Hobby / Sở thích

			単語 No.
Section 1	しゅみ	Hobby Sở thích	519 〜 542
Section 2	おんがく	Music Âm nhạc	543 〜 565
Section 3	スポーツ	Sports Thể thao	566 〜 587
Section 4	てんき	Weather Thời tiết	588 〜 607
Section 5	きせつ	Season Mùa	608 〜 634

Section 1

しゅみ

Hobby / Sở thích

519 しゅみ

しゅみは カラオケです。

hobby
sở thích

My hobby is karaoke.
Sở thích (của tôi) là karaoke.

520 日(ひ)

休(やす)みの 日(ひ)に 本(ほん)を 読(よ)みます。

day
ngày

I read books on holidays.
Tôi đọc sách vào ngày nghỉ.

521 たのしい

テニスは たのしいです。

fun
vui

Tennis is fun.
Quần vợt thì vui.

522 好(す)きな

スポーツが 好(す)きです。

like
thích ~, ~ tốt, ~ được

I like sports.
Tôi thích thể thao.

523 きらいな

まんがが きらいです。

dislike
ghét

I don't like manga.
Tôi ghét truyện tranh.

524 あまり

スポーツは あまり 好(す)きじゃありません。

not really
(không) ~ lắm

I don't really like sports.
Tôi không thích thể thao lắm.

525 どちら

A「サッカーと やきゅうと どちらが 好(す)きですか。」
B「サッカーの ほうが 好(す)きです。」

which
cái nào, đằng nào

A: Which do you like, soccer or baseball?
B: I like soccer more.
A: Bóng đá và bóng chày, bạn thích môn nào?
B: Tôi thích bóng đá hơn.

Chapter 6

526 どちらも

C「どちらも 好きです。」

both
cái nào cũng, đằng nào cũng

C: I like both.
C: Môn nào cũng thích.

527 どっち

A「サッカーと やきゅうと どっちが 好き?」
B「サッカーの ほうが 好き。」

which
cái nào, đằng nào (cách nói thân mật)

A: Which do you like, soccer or baseball?
B: I like soccer more.
A: Bóng đá và bóng chày, bạn thích môn nào?
B: Tôi thích bóng đá hơn.

528 じょうずな

スミスさんは えが じょうずです。

good
giỏi

Smith-san is good at drawing.
Anh Smith vẽ đẹp.

529 へたな

わたしは うたが へたです。

poor, bad at
dở

I sing poorly.
Tôi hát dở.

530 まだまだです

A「にほんごが じょうずですね。」
B「いいえ、まだまだです。」

not nearly enough
chưa giỏi, vẫn còn kém / dở

A: You speak good Japanese.
B: No, it's not nearly good enough.
A: Bạn giỏi tiếng Nhật nhỉ.
B: Không, tôi chưa giỏi đâu. (Vẫn còn kém lắm.)

531 ならう

いけばなを ならいました。

learn
học (luyện tập)

I learned ikebana.
Tôi đã học cắm hoa.

532 いけばな

ikebana (flower arrangement) / cắm hoa

533 さどう

tea ceremony / trà đạo

Section 1

534 かんたんな

かんたんな えを かきます。

simple
đơn giản

I paint a simple painting.
Tôi vẽ bức tranh đơn giản.

535 やさしい

A「さどうは やさしい ですか。」
B「いいえ。むずかしいです。」

easy
dễ

A: Is tea ceremony easy? / B: No, it's difficult.
A: Trà đạo có dễ không? / B: Không. Khó lắm.

536 むずかしい

さどうは むずかしい です。

difficult
khó

Tea ceremony is difficult.
Trà đạo thì khó.

537 しゃしん

これは かぞくの しゃしん です。

photograph
ảnh, hình

This is a photograph of my family.
Đây là ảnh chụp gia đình.

538 とる

スマホで しゃしんを とります。

take
chụp

I will take a photo using my smartphone.
Tôi chụp ảnh bằng điện thoại thông minh.

539 カメラ

これは 父の カメラ です。

camera
máy ảnh

This is my father's camera.
Đây là máy ảnh của bố tôi.

540 え

すてきな え ですね。

picture/drawing
tranh

It's a beautiful drawing.
Bức tranh đẹp nhỉ.

541 かく

パンダの えを かき ました。

draw
vẽ

I drew a panda.
Tôi đã vẽ tranh gấu trúc.

542 びじゅつかん

びじゅつかん で えを 見ます。

museum
bảo tàng mỹ thuật

I look at the drawings at the museum.
Tôi xem tranh ở bảo tàng mỹ thuật.

Section 2

おんがく

Music / Âm nhạc

543	おんがく music âm nhạc	日本の おんがくが 好きです。 I like Japanese music. Tôi thích nhạc (của) Nhật.
544	カラオケ karaoke karaoke	カラオケが 好きです。 I like karaoke. Tôi thích karaoke.
545	いっしょに together cùng với	いっしょに カラオケに 行きませんか。 Why don't we go do karaoke together? Cùng đi hát karaoke không?
546	みんなで with everyone tất cả mọi người	クラスの みんなで カラオケに 行きました。 I went to karaoke with everyone in the class. Tất cả mọi người trong lớp đã đi karaoke.
547	うた song bài hát	山田さんは うたが じょうずです。 Yamada-san sings well. Anh / Chị Yamada hát hay.
548	うたう sing hát	みんなで 日本の うたを うたいます。 We all sang a Japanese song. Mọi người hát bài hát của Nhật.
549	コンサート concert hòa nhạc, buổi trình diễn âm nhạc	コンサートに 行きました。 I went to the concert. Tôi đã đi xem ca nhạc.

Section 2

550	クラシック	A「クラシックと ジャズと どちらが 好きですか。」 B「どちらも 好きです。」
	classic nhạc cổ điển	A: Which do you like, classical music or jazz? B: I like both. A: Nhạc cổ điển và nhạc jazz, bạn thích nhạc nào? B: Nhạc nào tôi cũng thích.
551	ジャズ	ジャズの ＣＤを よく 聞きます。
	jazz nhạc jazz	I listen to a jazz CDs often. Tôi thường nghe đĩa CD nhạc jazz.
552	ポップス	ポップスが 好きです。
	pop nhạc pop	I like popular music. Tôi thích nhạc pop.
553	ロック	ロックは あまり 聞きません。
	rock nhạc rốc	I don't listen to rock very much. Tôi không nghe nhạc rốc nhiều lắm.
554	ピアノ	ピアノを ひきます。
	piano đàn piano	I play the piano. Tôi đánh đàn piano.
555	ギター	これは あにの ギターです。
	guitar đàn guitar	This is my elder brother's guitar. Đây là cây đàn guitar của anh tôi.
556	ひく	A「ピアノを ひいても いいですか。」 B「はい、どうぞ。」
	play đánh đàn, chơi đàn	A: Can I play the piano? / B: Yes, please. A: Tôi đánh đàn piano được không? / B: Vâng, mời bạn.
557	えいが	フランスの えいがを 見ました。
	movie phim (điện ảnh)	I saw a French movie. Tôi đã xem phim của Pháp.

Chapter 6

558 えいがかん

えいがかんで えいがを 見ます。

movie theater
rạp chiếu phim

I will watch a movie at the movie theater.
Tôi xem phim ở rạp chiếu phim.

559 はじまる

えいがは 10時に はじまります。

start
bắt đầu

The movie starts at 10 o'clock.
Phim bắt đầu từ lúc 10 giờ.

560 おわる

コンサートは 7時に おわります。

end
kết thúc

The concert ends at 7 o'clock.
Buổi hòa nhạc kết thúc lúc 7 giờ.

561 まんが

まんがは あまり 好きじゃありません。

comic
truyện tranh

I don't like manga comics very much.
Tôi không thích truyện tranh lắm.

562 アニメ

日本の アニメが 好きです。

animation
phim hoạt hình

I like Japanese animation.
Tôi thích phim hoạt hình của Nhật.

563 ゲーム

日本の ゲームは おもしろいです。

game, match
game

Japanese games are fun.
Game của Nhật thì thú vị.

564 ソフト

ゲームの ソフトを 買いました。

software
phần mềm

I bought a video game.
Tôi đã mua phần mềm chơi game.

565 おもしろい

きのう、おもしろい アニメを 見ました。

interesting
thú vị

Yesterday, I saw an interesting anime.
Hôm qua, tôi đã xem bộ phim hoạt hình thú vị.

Section 3
スポーツ

Sports / Thể thao

566	ジョギング	まいにち、ジョギングを しています。
	jogging chạy bộ	I go jogging every day. Hàng ngày, tôi chạy bộ.
567	スキー	ほっかいどうで スキーを します。
	skiing trượt tuyết	I go skiing in Hokkaido. Tôi sẽ trượt tuyết ở Hokkaido.
568	ダンス	マリアさんは ダンスが じょうずです。
	dance khiêu vũ, nhảy, múa	Maria-san dances well. Chị Maria múa giỏi.
569	およぐ	おきなわの うみで およぎました。
	swim bơi	I swam in the ocean of Okinawa. Tôi đã bơi ở biển Okinawa.
570	うみ	うみより 山のほうが 好きです。
	ocean, sea biển	I like the mountains more than the ocean Tôi thích núi hơn biển.
571	プール	きのう、プールで およぎました。
	pool hồ bơi	Yesterday I swam in the pool. Hôm qua, tôi đã bơi ở hồ bơi.
572	川 かわ	この 川で およがないで ください。
	river sông	Please do not swim in this river. Đừng bơi ở con sông này.
573	つり	川で つりを します。
	fishing câu (cá)	I fish in the river. Tôi câu cá ở sông.

Chapter 6

574 のぼる

7月に ふじさんに のぼります。
しちがつ

climb
leo (núi)

I will climb Mount Fuji in July.
Tôi sẽ leo núi Phú Sỹ vào tháng 7.

---

575 山
やま

ふじさんは きれいな 山です。
やま

mountain
núi

Mount Fuji is a beautiful mountain.
Núi Phú Sỹ là ngọn núi đẹp.

---

576 しあい

サッカーの しあいが あります。

game
trận đấu

There is a soccer game.
Có trận đấu bóng đá.

---

577 かつ

ブラジルが かちました。

win
thắng

Brazil won.
Brazil đã thắng.

---

578 まける

山田さんは ホアンさんに まけました。
やまだ

lose
thua

Yamada-san lost to Huang-san.
Anh Yamada đã thua anh Hoàng.

---

579 さあ……

A「どちらが かつでしょうか。」

B「さあ……。わかりません。」

Hmm..., Let's see...
chà…

A: Which side do you think will win?
B: Hmm... I don't know.
A: Bên nào sẽ thắng nhỉ? / B: Chà…. Tôi không biết.

---

580 つよい

strong
mạnh

581 よわい

weak
yếu

Section 3

582
サッカー
soccer
bóng đá

583
やきゅう
baseball
bóng chày

584
すもう
sumo wrestling
sumo

585
じゅうどう
judo
judo

586
テニス
tennis
quần vợt

587
ゴルフ
golf
môn đánh gôn

☞ "~ shimasu" is used for soccer, baseball, sumo, tennis and golf. The verb "asobimasu" is not used, such as in cases like "soccer wo asobimasu".

Với "bóng đá, bóng chày, sumo, quần vợt, gôn" thì nói "〜します". Không nói "サッカーをあそびます".

Section 4

てんき

Weather / Thời tiết

---

588 てんき

きょうの てんきは どうですか。

weather
thời tiết

How is today's weather?
Thời tiết hôm nay thế nào?

---

589 いい

① てんきが いいです。
② あの 人は いい 人です。

good
đẹp, tốt

①It's good weather. ②He/she is a good person.
①Thời tiết đẹp. ②Người đó là người tốt.

👉 ①good weather ②good / ①Thời tiết tốt, trời đẹp. ②Tốt

---

590 わるい

① てんきが わるいです。
② あの 人は わるい 人です。

bad
xấu

①It's bad weather.
②He/she is a bad person.
①Thời tiết xấu.
②Người đó là người xấu.

👉 ①bad weather ②bad
①Thời tiết xấu, trời xấu. ②Xấu

---

591 いい [お] てんき ですね

A「おはようございます。
　　いい おてんきですね。」
B「そうですね。」

the weather is nice
Trời (thời tiết) đẹp nhỉ.

A: Good morning. The weather is beautiful, isn't it?
B: Yes, it sure is.
A: Xin chào. Trời đẹp nhỉ. / B: Đúng vậy nhỉ.

---

592 雨
あめ

きょうは 雨です。

rain
mưa

Today is rain.
Hôm nay (trời) mưa.

Section 4

593	ゆき	きのうは <u>ゆき</u>でした。
	snow tuyết	Yesterday was snow. Hôm qua (trời) tuyết.
594	ふる	きょう、雨が <u>ふり</u>ます。
	fall rơi	Today, it will rain. Hôm nay trời mưa.

595

あつい

hot
nóng

596

すずしい

cool
mát

597

さむい

cold
lạnh

598

あたたかい

warm
ấm

Chapter 6

599 多い (おお)
6月(ろくがつ)は 雨(あめ)が 多い(おお)です。
a lot
nhiều
It rains a lot in June.
Tháng 6 mưa nhiều.

👉 "Ooi" is used in the form "~ ga ooi desu." It is not used in the "ooi + noun" form. / "多い" (nhiều) được dùng với mẫu câu "～が多いです". Không sử dụng với hình thức "多い＋danh từ".

600 少ない (すく)
1月(いちがつ)は 雨(あめ)が 少ない(すく)です。
little
ít
There is little rain in January.
Tháng 1 mưa ít.

601 おもう
あしたは あついと おもいます。
think
nghĩ
I think it will be hot tomorrow.
Tôi nghĩ ngày mai (trời) nóng.

602 たぶん
あしたは たぶん 雨(あめ)だと おもいます。
maybe
có lẽ
I think it will rain tomorrow.
Tôi nghĩ có lẽ ngày mai mưa.

603 きっと
きっと ゆきが ふるでしょう。
probably
chắc, chắc chắn
It will probably snow.
Chắc tuyết sẽ rơi.

604 かさ
わたしの かさが ありません。
umbrella
dù, ô
My umbrella is missing.
Không có cây dù của tôi.

605 もってくる
学校(がっこう)へ かさを もってきました。
bring
đem (mang) đến
I brought an umbrella to school.
Tôi đã mang dù đến trường.

606 もっていく
会社(かいしゃ)へ かさを もっていきます。
take
đem (mang) đi
I will bring an umbrella to my office.
Tôi đem dù đi làm.

607 ばんぐみ
まいにち、てんきの ばんぐみを 見(み)ます。
program
chương trình
I watch the weather forecast program every day.
Hàng ngày, tôi xem chương trình thời tiết.

Section 5

きせつ

Season / Mùa

---

608 いつ

A「いつ、くにへ 帰りますか。」
B「らいねん、帰ります。」

when
khi nào?

A: When are you returning to your country?
B: I will return next year.
A: Khi nào bạn sẽ về nước? / B: Sang năm, tôi sẽ về.

---

609 きょねん

きょねん、日本へ 来ました。

last year
năm ngoái

I came to Japan last year.
Năm ngoái, tôi đã đến Nhật.

---

610 ことし

ことし、イギリスへ りゅうがくします。

this year
năm nay

I will study in Britain this year.
Năm nay, tôi sẽ du học Anh.

---

611 らいねん

らいねん、くにへ 帰ります。

next year
sang năm

I will return to my country next year.
Sang năm, tôi sẽ về nước.

---

612 きせつ

日本の きせつは 4つ あります。

season
mùa

There are four seasons in Japan.
Nhật Bản có 4 mùa.

---

613 いちばん

なつが いちばん 好きです。

best, top
nhất

I like summer the best.
Tôi thích mùa hè nhất.

---

614 なる

① ふゆに なりました。さむく なりました。
② いつか しゃちょうに なりたいです。

become
trở nên, trở thành

①It's winter now. It's getting cold.
②I want to become a company president one day.
①Đã vào mùa đông. Trời trở nên lạnh.
②Một lúc nào đó, tôi muốn trở thành giám đốc.

①to reach a particular time or season ②to engage in a particular position or occupation
①Cho đến thời gian, thời kỳ nào đó. ②Đạt đến địa vị hay nghề nghiệp nào đó.

615 はる

spring
mùa xuân

616 なつ

summer
mùa hè

617 あき

autumn
mùa thu

618 ふゆ

winter
mùa đông

619	花 はな **flower** hoa	母は 花が 好きです。 はは　はな　　す My mother likes flowers. Mẹ tôi thích hoa.
620	月 つき **moon** trăng	月が きれいです。 つき The moon is beautiful. Mặt trăng đẹp.

Section 5

621 [お]花見 (はなみ)
flower viewing
ngắm hoa

日本人は 花見が 好きです。
The Japanese love flower viewing.
Người Nhật thích ngắm hoa.

622 さくら
cherry blossom
hoa anh đào

さくらは きれいな 花です。
The cherry blossom is a beautiful flower.
Hoa anh đào là loài hoa đẹp.

623 花火 (はなび)
fireworks
pháo hoa

なつに 花火を 見ました。
I saw the fireworks in summer.
Tôi đã xem pháo hoa vào mùa hè.

624 もみじ
maple
lá đỏ

山で もみじを 見ました。
I saw the maple leaves in the mountains.
Tôi đã xem lá đỏ trên núi.

625 はじめて
first time
lần đầu tiên

はじめて さくらを 見ました。
I saw the cherry blossoms for the first time.
Lần đầu tiên tôi thấy hoa anh đào.

626 いちど
once
một lần

いちど、花見を した ことが あります。
I went flower viewing once before.
Tôi từng ngắm hoa một lần.

627 何かいも (なん)
many times
nhiều lần

何かいも ほっかいどうへ 行きました。
I went to Hokkaido many times.
Tôi đã từng đi Hokkaido nhiều lần.

628 いちども
never
một lần cũng

いちども きょうとへ 行った ことが ありません。
I have never been to Kyoto.
Tôi chưa từng đi Kyoto lần nào.

👉 This is used in "ichidomo ~masen" form.
Dùng với hình thức "いちども～ません". (Chưa từng ~ lần nào)

629 こうえん
park
công viên

こうえんで 花見を します。
I will go flower viewing in the park.
Tôi ngắm hoa ở công viên.

Chapter 6

630 さんぽ〈する〉

walk
đi dạo

犬と こうえんを さんぽします。
I will take a walk in the park with my dog.
Tôi dạo công viên cùng con chó.

631 とても

very
rất

A「さくらが とても きれいですね。」
A: The cherry blossoms are beautiful.
A: Hoa anh đào rất đẹp.

632 ほんとうに

really
thật sự là

B「ほんとうに そうですね。」
B: Yes, it really is.
B: Thật sự đúng vậy nhỉ.

633 ぜひ

definitely
nhất định

ぜひ わたしの うちに 来てください。
Please definitely come to my house.
Nhất định hãy đến nhà tôi.

634 もちろん

of course
đương nhiên

A「土よう日の お花見に 行きますか。」
B「はい、もちろんです。」
A: Will you go flower viewing on Saturday?
B: Yes, of course.
A: Bạn có đi ngắm hoa ngày thứ Bảy không?
B: Vâng, đương nhiên rồi.

N5
Chapter
7

買い物
（か　もの）

Shopping / Mua sắm

			単語 No.（たんご）
Section 1	買い物（か　もの）	Shopping Mua sắm	635 〜 659
Section 2	みせ	Shop Cửa hàng, cửa tiệm	660 〜 679
Section 3	ATM（エーティーエム）	ATM Máy rút tiền tự động	680 〜 695
Section 4	おくる	Send Gửi	696 〜 713
Section 5	プレゼント	Present Quà tặng	714 〜 733

Section 1

買い物
Shopping / Mua sắm

635 買い物〈する〉
shopping
mua sắm

スーパーで買い物をします。
I will go shopping at the supermarket.
Tôi mua sắm ở siêu thị.

636 〜を ください
give me
cho tôi 〜

これをください。
Please give me this.
Cho tôi cái này.

637 〜と
and
và 〜

ぎゅうにゅうとパンを買いました。
I bought milk and bread.
Tôi đã mua sữa và bánh mì.

638 〜や〜［など］
and
〜 và 〜 (v.v.)

ジュースやアイスクリームを買います。
I will buy juice and ice cream.
Tôi mua nước trái cây và kem.

639 いくら
how much
bao nhiêu tiền?

A「このパソコンはいくらですか。」
A: How much is this computer?
A: Cái máy tính này bao nhiêu tiền?

640 円
yen
yên

B「9万円です。」
B: It's 90,000 yen.
B: 90.000 yên ạ.

641 高い
expensive
đắt, mắc

このカメラは高いですね。
This camera is expensive.
Máy ảnh này đắt nhỉ.

642 安い
cheap
rẻ

安いカメラが買いたいです。
I want a cheap camera.
Tôi muốn mua máy ảnh rẻ.

Chapter 7

643 百 ひゃく
hundred
trăm

644 千 せん
thousand
ngàn

645 万 まん
ten thousand
mười ngàn

646 おく
hundred million
trăm triệu

¥1	一円 いちえん
¥10	十円 じゅうえん
¥100	百円 ひゃくえん
¥1,000	千円 せんえん
¥10,000	一万円 いちまんえん
¥100,000,000	一おく円 いちおくえん

647 ちょっと
little
một chút

A「これは ちょっと 高いですね。」
A: This is a little expensive.
A: Cái này hơi đắt một chút.

648 では
then
vậy thì

B「では、こちらは いかがですか。6万円です。」
B: Then how about this one. It's 60,000 yen.
B: Vậy, cái này thì sao? 60.000 yên.

649 じゃ
well
vậy thì

A「じゃ、それを ください。」
A: Okay, then I'll have that one.
A: Vậy, cho tôi cái đó.

👉 "jya" is an informal way of saying "dewa". / "じゃ" là cách nói thân mật của "では".

650 [お]金 かね
money
tiền

日本の お金は 円です。
The Japanese currency is yen.
Tiền của Nhật là yên.

Section 1

651 はらう

お金を はらいます。

pay
trả (tiền), thanh toán

I pay the money.
Tôi trả tiền.

652 おつり

おつりは ８５０円です。

change
tiền thối

The change is 850 yen.
Tiền thối là 850 yên.

653 こまかい [お]金

こまかい お金が ありません。

small money
tiền lẻ

I don't have small change.
Tôi không có tiền lẻ.

654 たりる

お金が たりません。

enough
đủ

I don't have enough money.
Tôi không đủ tiền.

655 せいかつ

とうきょうの せいかつは たのしいです。

life
cuộc sống, sinh hoạt

Living in Tokyo is fun.
Cuộc sống ở Tokyo thì vui.

656 ぶっか

とうきょうは ぶっかが 高いです。

cost of living
vật giá

The cost of living in Tokyo is expensive.
Vật giá ở Tokyo thì đắt đỏ.

657 いくつ

A「りんごを いくつ 買いましたか。」
B「５つ 買いました。」

how many
bao nhiêu cái, mấy cái (trái)

A: How many apples did you buy? / B: I bought five.
A: Bạn đã mua bao nhiêu trái táo? / B: Tôi đã mua 5 trái.

658 ぜんぶで

A「りんごを ５つ ください。」
B「はい。ぜんぶで ５００円です。」

in total
tất cả, tổng cộng

A: Please give me five apples.
B: Here you go. It's 500 yen in all.
A: Cho tôi 5 trái táo.
B: Vâng. Tổng cộng là 500 yên.

Chapter 7

659

〜つ

👉 "Hitotsu" and "futatsu" are used to count small things like eggs or fruit. It is used as a general counter suffix.
"1つ, 2つ" được dùng khi đếm những vật nhỏ như trứng, trái cây v.v. Thường dùng như một trợ từ đếm phổ biến.

Section 2
みせ

Shop / Cửa hàng, cửa tiệm

660	みせ	いろいろな みせ が あります。
	shop cửa hàng, cửa tiệm	There are different kinds of shops. Có nhiều cửa hàng.
661	～や	パンや で パンを 買います。
	~ shop tiệm ~	I will buy bread at the bakery. Tôi mua bánh mì ở tiệm bánh mì.
662	デパート	日よう日に デパート で 買い物しました。
	department store cửa hàng bách hóa, trung tâm thương mại	I went shopping at the department store on Sunday. Chủ nhật, tôi đã đi mua sắm ở trung tâm thương mại.
663	コンビニ	コンビニ で おべんとうを 買います。
	convenience store cửa hàng tiện lợi	I will buy a box lunch at the convenience store. Tôi mua cơm hộp ở cửa hàng tiện lợi.
664	うる	コンビニで おにぎりを うって います。
	sell bán	The convenience store sells rice balls. Cửa hàng tiện lợi bán cơm nắm.
665	うりば	A「やさいの うりば は どこですか。」 B「あそこです。」
	counter, booth quầy bán hàng	A: Where is the counter that sells vegetables? B: It's over there. A: Quầy bán rau ở đâu ạ? / B: Ở đằng kia.
666	コーナー	ニョクマムは しょうゆの コーナー に あります。
	area, corner góc, khu	Nuoc mam is in the area where the soy sauce is. Nước mắm ở khu nước tương.

Chapter 7

667 たな
shelf
kệ (hàng)

飲み物は その たなです。
The drinks are on that shelf.
Thức uống ở kệ đó.

668 コピー〈する〉
copy
phô-tô, in sao

コンビニで コピーします。
I will make a copy at the convenience store.
Tôi phô-tô ở cửa hàng tiện lợi.

669 チケット
ticket
vé

コンサートの チケットを 買います。
I will buy a ticket to the concert.
Tôi mua vé ca nhạc.

670 カタログ
catalog
tập giới thiệu, catalogue

パソコンの カタログを 見ます。
I will look at the computer catalog.
Tôi xem tập giới thiệu về máy tính.

671 ざっし
magazine
tạp chí

きっさてんで ざっしを 読みました。
I read a magazine at the coffee shop.
Tôi đã đọc tạp chí ở quán nước.

672 しんぶん
newspaper
báo

コンビニで しんぶんを 買います。
I bought a newspaper at the convenience store.
Tôi mua báo ở cửa hàng tiện lợi.

673 ほしい
want
muốn có

小さい パソコンが ほしいです。
I want a small computer.
Tôi muốn có cái máy tính nhỏ.

674 できる
can
có thể

① コンビニで チケットの よやくが できます。
② ダンスが できます。

①You can make reservations for the ticket at the convenience store.
②I can dance.
①Có thể đặt vé ở cửa hàng tiện lợi.
②Tôi có thể múa.

👍 ①a possible situation ②having the ability to do something
①Tình trạng có khả năng. ②Có năng lực

635・733

109

Section 2

675 ～で ございます

きゃく「いくらですか。」
てんいん「3,500円で ございます。」

is
là ~ (kính ngữ)

Customer: How much is it? / Clerk: It's 3,500 yen.
Khách: Bao nhiêu tiền vậy? / Nhân viên: Là 3.500 yên ạ.

676 おさがしですか。

Are you looking for ~?
Tìm ~ ạ ? (kính ngữ)

677 見せる

show
cho xem

678 かしこまりました。

Very well.
Tôi đã hiểu rồi ạ.

679 しょうしょう おまちください。

Please wait a while.
Vui lòng chờ cho một chút.

What kind of camera are you looking for?
Anh / Chị tìm máy ảnh như thế nào ạ?

Please show me that camera.
Cho tôi xem máy ảnh kia.

Section 3

ATM
エーティーエム

ATM / Máy rút tiền tự động

680 〜かた

way to 〜
cách 〜

I don't know how to use the ATM.
Tôi không biết cách sử dụng ATM.

681 おひきだしですか。

Are you here for a withdrawal?
Quý khách rút (tiền) ạ?

ATM の つかいかたが わかりません。

おひきだしですか。

はい。

Yes.
Vâng.

では、こちらへどうぞ。

Then please come this way.
Vậy mời hướng này ạ.

682 げんきん

cash
tiền mặt

げんきんが ありません。

I don't have any cash.
Tôi không có tiền mặt.

683 ATM
エーティーエム

automatic teller machine (ATM)
máy rút tiền tự động

こちらに ATM が あります。

There is an ATM here.
Ở đây có máy rút tiền tự động.

684 おろす

withdraw
rút (tiền)

ATM で お金を おろします。

I will withdraw cash from the ATM.
Tôi rút tiền bằng máy rút tiền tự động.

Section 3

685 まず
first / trước tiên

686 キャッシュカード
cash card / thẻ ngân hàng

687 つぎに
next / tiếp theo

688 [あんしょう]ばんごう
PIN code / số (mật khẩu, bảo mật)

689 おす
push / bấm, nhấn

690 それから
then / sau đó

691 きんがく
amount / số tiền

692 かくにん〈する〉
confirm / xác nhận, kiểm tra

693 ボタン
button / nút

694 出る
come out / xuất hiện, ra

まず キャッシュカードを 入れて ください。
つぎに あんしょうばんごうを おして ください。
それから きんがくを おして ください。
かくにん ボタンを おして ください。
ここから お金が 出ます。

First, please insert your cash card.
Then, enter your PIN.
Then, enter the amount of cash you would like.
Press the confirmation button.
The money will come out from here.

Trước tiên, hãy đưa thẻ ngân hàng vào.
Tiếp theo, hãy bấm số bảo mật.
Sau đó, hãy bấm số tiền.
Hãy bấm nút xác nhận.
Tiền sẽ xuất hiện từ đây.

695 かえる
exchange
đổi

円を ドルに かえます。

I will exchange yen to dollars.
Tôi đổi tiền yên sang đô la.

Section 4
おくる

Send / Gửi

696	ゆうびんきょく post office bưu điện	あした、ゆうびんきょくへ 行きます。 I will go to the post office tomorrow. Ngày mai, tôi sẽ đi bưu điện.
697	ポスト mail box thùng thư	はがきを ポストに 入れます。 I will put the postcard in the mail post. Tôi cho bưu thiếp vào thùng thư.
698	てがみ letter thư	てがみを 書きます。 I will write a letter. Tôi viết thư.
699	はがき postcard thiệp, bưu thiếp	はがきを 3まい おねがいします。 Can I have three postcards, please? Cho tôi 3 tấm bưu thiếp.
700	ねんがじょう New Year's card thiệp chúc năm mới	先生に ねんがじょうを 出します。 I will send a New Year's card to my teacher. Tôi gửi thiệp chúc năm mới cho thầy cô.
701	出す send gửi (thư)	こうくうびんで てがみを 出します。 I will send a letter by airmail. Tôi gửi thư bằng đường hàng không.
702	メール mail e-mail	メールを おくります。 I will send you mail. Tôi gửi e-mail.

Section 4

703 おくる

かぞくに にもつを おくります。

send
gửi

I will send a package to the family.
Tôi gửi đồ (hành lý) cho gia đình.

704 きって

きってを 買います。

stamp
tem

I will buy stamps.
Tôi mua tem.

705 あつめる

きってを あつめて います。

collect
sưu tầm

I collect stamps.
Tôi sưu tầm tem.

706 ふうとう

ふうとうに てがみを 入れます。

envelope
bì thư

I will put the letter in the envelope.
Tôi cho thư vào bì thư.

707 がいこく

がいこくに てがみを 出します。

foreign country
nước ngoài

I will send a letter to a foreign country.
Tôi gửi thư đi nước ngoài.

708 エアメール

イギリスまで エアメールで おねがいします。

airmail
đường hàng không

Please send this to Britain by airmail.
Vui lòng gửi bằng đường hàng không đến Anh.

709 こうくうびん

こうくうびんで おくります。

airmail
đường hàng không

I will send it by airmail.
Tôi gửi bằng đường hàng không.

710 ふなびん

ふなびんで おくります。

surface mail
đường biển

I will send it by surface mail.
Tôi gửi bằng đường biển.

711 にもつ

ゆうびんきょくで にもつを おくります。

package
hành lý, kiện hàng, gói đồ

I will take the package to the post office.
Tôi gửi hành lý ở bưu điện.

Chapter 7

712 おもい | この にもつは おもいですね。

heavy | This package is heavy.
nặng | Hành lý này nặng nhỉ.

713 かるい | この にもつは かるいですね。

light | This package is light.
nhẹ | Hành lý này nhẹ nhỉ.

Section 5
プレゼント

Present / Quà tặng

714	あげる	友だちに プレゼントを あげます。
	give tặng, cho	I will give a present to my friend. Tôi tặng quà cho bạn.

715	もらう	父に じしょを もらいました。
	receive nhận	My father gave me a dictionary. Tôi nhận quyển tự điển từ bố. (Bố cho tôi quyển tự điển)

716	くれる	友だちが おみやげを くれました。
	give (được) cho, tặng	My friend gave me a souvenir. Bạn tôi tặng tôi món quà.

717	プレゼント	おとうとに プレゼントを あげました。
	present quà tặng	I gave a present to my brother. Tôi đã tặng quà cho em trai.

718	物(もの)	いろいろな 物を もらいました。
	thing vật, đồ	I received many things. Tôi đã nhận được nhiều thứ.

719	パーティー	友だちと パーティーを します。
	party tiệc	I will have a party with my friends. Tôi làm tiệc với bạn bè.

720	はじめる	6時に パーティーを はじめます。
	start bắt đầu	The party will start at 6:00 p.m. Chúng tôi bắt đầu tiệc lúc 6 giờ.

721	だれ	A「あの 人は だれですか。」 B「ホアンさん ですよ。」
	who ai	A: Who is that person? / B: It's Huang-san. A: Người đó là ai? / B: Là anh Hoàng đấy.

Chapter 7

722 どなた

A「あの かたは <u>どなた</u>ですか。」

who
ai (kính ngữ)

A: Who is that person?
A: Vị đó là ai vậy?

---

723 あの かた

B「<u>あの かた</u>は 大学の スミス先生です。」

that person
người đó (kính ngữ)

B: That's Professor Smith from the university.
B: Vị đó là thầy Smith của trường đại học.

---

724 クリスマス

<u>クリスマス</u>に パーティーを します。

Christmas
Giáng sinh

I will hold a party on Christmas.
Sẽ làm tiệc vào Giáng sinh.

---

725 [お]たんじょうび

A「<u>たんじょうび</u>は いつ ですか。」

B「5月5日です。」

birthday
sinh nhật

A: When is your birthday? / B: It's May 5th.
A: Sinh nhật (của bạn) khi nào? / B: Ngày 5 tháng 5.

---

726 生まれる

友だちに 子どもが <u>生まれ</u>ました。

born
chào đời, được sinh ra

My friend had a baby.
Bạn tôi đã có / sinh con.

---

727 おめでとう
[ございます]

A「おたんじょうび <u>おめでとうございます</u>。」

B「ありがとうございます。」

congratulations
(Xin) chúc mừng

A: Happy birthday. / B: Thank you.
A: Chúc mừng sinh nhật. / B: Cảm ơn.

---

728 わあ

A「これ、プレゼントです。」

B「<u>わあ</u>、ありがとうございます。」

oh
ôi

A: This is a present. / B: Oh, thank you very much.
A: Đây là quà tặng. / B: Ôi, cảm ơn bạn.

Section 5

729 何さい(なん)

A「ホアンさんは 何さいですか。」
B「２１さいです。」(にじゅういっ)

how old
bao nhiêu (mấy) tuổi

A: How old are you, Huang-san? / B: I'm 21 years old.
A: Hoàng bao nhiêu tuổi? / B: 21 tuổi.

730 [お]いくつ

A「おとうとさんは おいくつですか。」
B「１５さいです。」(じゅうご)

how old
bao nhiêu (mấy) tuổi
(kính ngữ)

A: How old is your younger brother?
B: He is 15 years old.
A: Em trai bạn bao nhiêu tuổi? / B: 15 tuổi.

731

~ years old
~ tuổi

1	いっさい
2	にさい
3	さんさい
4	よんさい
5	ごさい
6	ろくさい
7	ななさい
8	はっさい
9	きゅうさい
10	じゅっさい
20	はたち
?	何さい／（お）いくつ(なん)

Chapter 7

732 何日 (なんにち)

A「きょうは <u>何日</u> ですか。」
B「5日です。」(いつか)

what date
ngày mấy

A: What is today's date? / B: It's the 5th.
A: Hôm nay ngày mấy? / B: Ngày 5.

733

〜日 (にち)

1日	2日	3日	4日	5日
ついたち	ふつか	みっか	よっか	いつか
6日	7日	8日	9日	10日
むいか	なのか	ようか	ここのか	とおか
11日	12日	13日	14日	15日
じゅういちにち	じゅうににち	じゅうさんにち	じゅうよっか	じゅうごにち
16日	17日	18日	19日	20日
じゅうろくにち	じゅうしちにち	じゅうはちにち	じゅうくにち	はつか
21日	22日	23日	24日	25日
にじゅういちにち	にじゅうににち	にじゅうさんにち	にじゅうよっか	にじゅうごにち
26日	27日	28日	29日	30日
にじゅうろくにち	にじゅうしちにち	にじゅうはちにち	にじゅうくにち	さんじゅうにち
31日	何日			
さんじゅういちにち	なんにち			

N5 Chapter 8

休みの日
やす　ひ

Holiday / Ngày nghỉ

単語 No.
たんご

Section 1	のりもの	Rides Phương tiện giao thông	734 〜 762
Section 2	どのくらい？	How long? Khoảng bao lâu?	763 〜 774
Section 3	みち	Road Đường đi	775 〜 797
Section 4	どこ？	Where? Ở đâu?	798 〜 810
Section 5	出かける で	Go Out Ra ngoài	811 〜 835

Section 1
のりもの

Rides / Phương tiện giao thông

734	えき	・とうきょう<u>えき</u> ・おおさか<u>えき</u> ・ひろしま<u>えき</u>
	station nhà ga, ga	Tokyo Station / Osaka Station / Hiroshima Station -Ga Tokyo / -Ga Osaka / -Ga Hiroshima
735	電車 _{でんしゃ}	えきで <u>電車</u>に のります。
	train tàu điện	I get on the train at the station. Tôi lên tàu điện ở nhà ga.
736	のる	きゅうこうに <u>のり</u>ます。
	get on lên, đi (tàu, xe)	I will get on the express. Tôi đi chuyến tàu nhanh.
737	おりる	しぶやで 電車を <u>おり</u>ます。
	get off xuống (tàu, xe)	I will get off the train at Shibuya. Tôi xuống tàu điện ở Shibuya.
738	きっぷ	えきで <u>きっぷ</u>を 買います。
	ticket vé	I will buy the ticket at the station. Tôi mua vé ở nhà ga.
739	つぎの	<u>つぎの</u> えきは しんじゅくです。
	next ~ tiếp theo	The next station is Shinjuku. Ga tiếp theo là Shinjuku.
740	のりかえる	とうきょうえきで <u>のりかえ</u>ます。
	change, transfer (train/bus) đổi tàu (chuyến), quá cảnh	I change trains/buses at Tokyo Station. Tôi đổi tàu ở ga Tokyo.

Chapter 8

741 ☐

かくえき

local (train/bus)
các ga

742 ☐

きゅうこう

express (train/bus)
tàu nhanh

743 ☐

とっきゅう

limited express (train/bus)
tàu tốc hành

744 ☐	しんかんせん	しんかんせんで きょうとへ 行きます。
	Shinkansen (bullet train) tàu cao tốc shinkansen	I will go to Kyoto using the Shinkansen. Tôi đi Kyoto bằng tàu cao tốc shinkansen.
745 ☐	ちかてつ	きょうとえきで ちかてつに のります。
	subway tàu điện ngầm	I will take the subway from Kyoto Station. Tôi đi tàu điện ngầm ở ga Kyoto.
746 ☐	～ばんせん	8ばんせんで きゅうこうに のります。
	track number ~ tuyến số ~	I will take the express from track number 8. Tôi lên tàu nhanh ở tuyến số 8.
747 ☐	何ばんせん なん	A「しんかんせんは 何ばんせんですか。」 B「１４ばんせんです。」 じゅうよん
	which track number tuyến số mấy	A: Which track number is the Shinkansen at? B: It's track number 14. A: Tàu cao tốc shinkansen ở tuyến số mấy ạ? B: Tuyến số 14.

Section 1

748 じどうしゃ

トヨタは <u>じどうしゃ</u>の かいしゃです。

car
xe hơi (chỉ các loại xe có gắn động cơ)

Toyota is an automobile company.
Toyota là công ty xe hơi.

749 車(くるま)

これは <u>車</u>の ざっしです。

car
xe cộ (các loại xe nói chung)

This is a car magazine.
Đây là tạp chí xe.

750 うんてん〈する〉

車を <u>うんてんし</u>ます。

drive
lái (xe)

I drive a car.
Tôi lái xe.

751 おくる

A「車で えきまで <u>おくり</u>ましょうか。」
B「ありがとうございます。」

send
tiễn, đưa

A: Shall I drive you to the station? / B: Thank you very much.
A: Tôi đưa bạn đến nhà ga bằng xe nhé. / B: Cảm ơn bạn.

752 ちゅうしゃじょう

<u>ちゅうしゃじょう</u>は ありません。

parking lot
bãi đậu (đỗ) xe

There is no parking lot.
Không có bãi đậu xe.

753 とめる

・ちゅうしゃじょうに 車を <u>とめ</u>ます。
・ここで <u>とめて</u> ください。

park
đậu (xe), đỗ (xe), dừng

I will park the car in the parking lot. / Please park here.
-Tôi đậu xe ở bãi đậu xe. / -Hãy dừng ở đây

754 じてんしゃ

<u>じてんしゃ</u>で えきまで 行きます。

bicycle
xe đạp

I will go to the station by bicycle.
Tôi đi đến nhà ga bằng xe đạp.

755 バイク

<u>バイク</u>で かいしゃへ 来ました。

motorbike
xe gắn máy, xe mô-tô

I came to the office by motorbike.
Tôi đã đến công ty bằng xe gắn máy.

Chapter 8

756 バス

バスで なごやに 行きました。

bus
xe buýt

I went to Nagoya by bus.
Tôi đã đi Nagoya bằng xe buýt.

757 タクシー

タクシーに のりましょう。

taxi
xe taxi

Let's take a taxi.
Hãy đi taxi nào.

758 ひこうき

ひこうきで 3時間ぐらいです。

airplane
máy bay

It takes about 3 hours by airplane.
Đi bằng máy bay (mất) khoảng 3 tiếng.

759 ふね

よこはままで ふねに のります。

boat
tàu, thuyền

I will take a boat to Yokohama.
Tôi đi tàu đến Yokohama.

760 のりば

バスのりばは どこですか。

(bus/taxi) stand
trạm

Where is the bus stand?
Trạm xe buýt ở đâu ạ?

761 くうこう

くうこうは なりたに あります。

airport
sân bay

The airport is in Narita.
Sân bay ở Narita.

762 じこくひょう

えきに じこくひょうが あります。

time table
bảng giờ (tàu, xe) chạy

There is a time table at the station.
Ở nhà ga có bảng giờ tàu chạy.

Section 2

どのくらい？

How long? / Khoảng bao lâu?

763	時間 (じかん)	・時間が あります。 ・時間が ありません。
	time thời gian	There is time. / There is no time. -Có thời gian. / -Không có thời gian.
764	いそぐ	いそぎましょう。
	hurry gấp rút, vội vã	Let's hurry. Hãy gấp rút lên.
765	どのくらい／ぐらい	大学まで どのくらい かかりますか。
	how long khoảng bao lâu	How long will it take to get to the university? Đến trường đại học mất khoảng bao lâu?
766	かかる	じてんしゃで 10分ぐらい かかります。
	take mất, tốn (thời gian, tiền bạc)	It takes about 10 minutes by train. Đi bằng xe đạp mất khoảng 10 phút.
767	ちかい	大学は えきから ちかいです。
	near gần	The university is near the station. Trường đại học gần nhà ga.
768	とおい	としょかんは うちから とおいです。
	far xa	The library is far from home. Thư viện xa nhà tôi.
769	ずっと	とっきゅうの ほうが きゅうこうより ずっと はやいです。
	much suốt, hẳn	The super express is much faster than the express. Tàu tốc hành nhanh hơn hẳn tàu chạy nhanh.

Chapter 8

770	いつも	いつも ひこうきで おおさかへ 行きます。
	always luôn luôn	I always go to Osaka by airplane. Tôi luôn đi Osaka bằng máy bay.
771	たいてい	たいてい バスで 帰ります。
	mostly đại thể, thường	I mostly take the bus to go home. Thường thì tôi về bằng xe buýt.
772	よく	よく こうえんを さんぽします。
	often thường, hay	I often take a walk in the park. Tôi hay đi dạo công viên.
773	ときどき	ときどき タクシーに のります。
	sometimes thỉnh thoảng, đôi khi	I sometimes take a taxi. Thinh thoảng tôi đi taxi.
774	だけ	1 かいだけ ひこうきに のったことが あります。
	only chỉ	I took an airplane only once before. Tôi chỉ từng đi máy bay 1 lần.

Section 3

みち

Road / Đường đi

775 どうやって

A「くうこうまで どうやって 行きますか。」
B「しんじゅくから バスで 行きます。」

how
bằng cách nào, làm thế nào

A: How do I get to the airport?
B: You can take the bus from Shinjuku.
A: Làm thế nào để đi đến sân bay?
B: Đi xe buýt từ Shinjuku.

776 あるく

あるいて スーパーに 行きます。

walk
đi bộ

I will walk to the supermarket.
Tôi đi bộ đến siêu thị.

777 みち

この みちを しって います。

road
đường, con đường

I know this road.
Tôi biết con đường này.

778 まっすぐ

この みちを まっすぐ 行って ください。

straight
thẳng

Please go straight on this road.
Hãy đi thẳng đường này.

779 まがる

しんごうを 左に まがります。

bend
quẹo, rẽ

I will take a left at the signal.
Quẹo trái chỗ đèn giao thông.

780 わたる

この はしを わたります。

cross
băng qua

I will cross this bridge.
Băng qua cây cầu này.

781 せつめい〈する〉

行きかたを せつめいして ください。

explanation
giải thích

Please explain how to get there.
Hãy giải thích cách đi giùm tôi.

Chapter 8

782 かど
corner
góc

783 こうさてん
intersection
giao lộ

784 しんごう
signal
đèn giao thông

785 左 (ひだり)
left
trái

786 右 (みぎ)
right
phải

787 はし
bridge
cầu

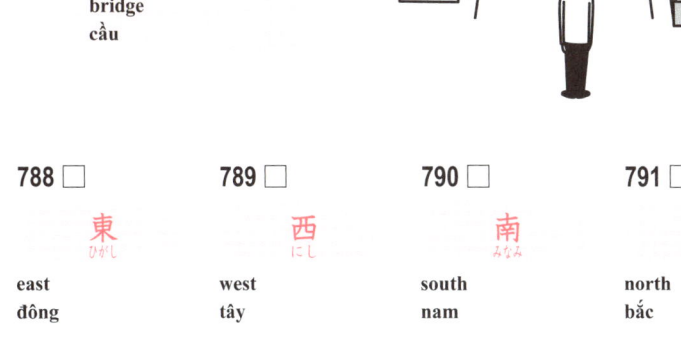

788 東 (ひがし)
east
đông

789 西 (にし)
west
tây

790 南 (みなみ)
south
nam

791 北 (きた)
north
bắc

Section 3

792 いくつ目(め)

how many, which
cái thứ mấy?

A「ぎんこうへ 行きたいです。
いくつ目(め)の こうさてんですか。」
B「3つ目ですよ。」

A: I want to go to the bank. On which intersection is it?
B: It's on the third one.
A: Tôi muốn đi đến ngân hàng. Ở giao lộ thứ mấy ạ?
B: Giao lộ thứ 3 đấy.

793
1つ目(ひと め)

first
cái thứ nhất

794
2つ目(ふた め)

second
cái thứ hai

795
3つ目(みっ め)

third
cái thứ ba

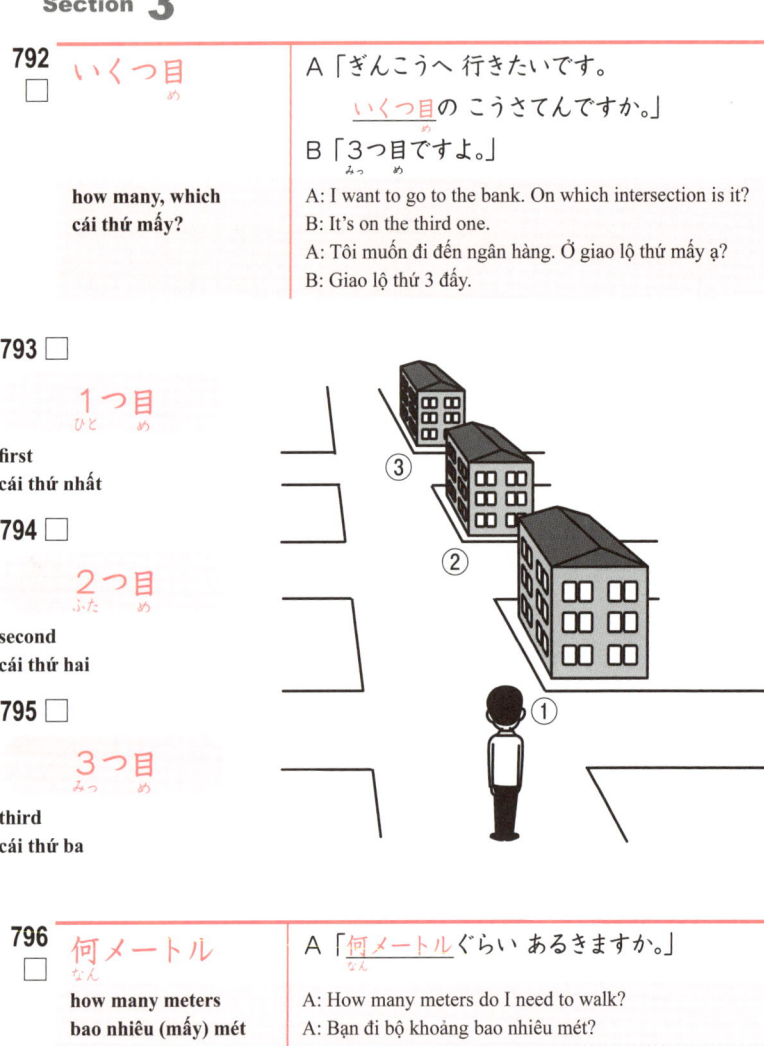

796 何(なん)メートル

how many meters
bao nhiêu (mấy) mét

A「何(なん)メートルぐらい あるきますか。」

A: How many meters do I need to walk?
A: Bạn đi bộ khoảng bao nhiêu mét?

797 〜メートル

〜 meters
〜 mét

B「500メートル(ごひゃく)ぐらい あるきます。」

B: You need to walk about 500 meters.
B: Tôi đi bộ khoảng 500 mét.

Section 4
どこ？

Where? / Ở đâu?

798
となり

next
bên cạnh

799
間
あいだ

in between
giữa

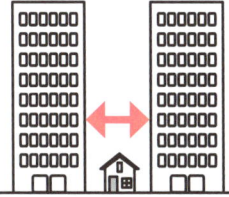

800
ちかく

near
gần

801
上
うえ

on, over, above
trên

802
下
した

under, below
dưới

803
まえ

front
trước

804
うしろ

back
sau

Section 4

805 中 (なか)
inside
trong

806 外 (そと)
outside
ngoài

807 あそこ
there
đằng đó

808 ここ
here
nơi này, chỗ này

809 そこ
there
nơi đó, chỗ đó

ref. p. 44
tham khảo tr.44

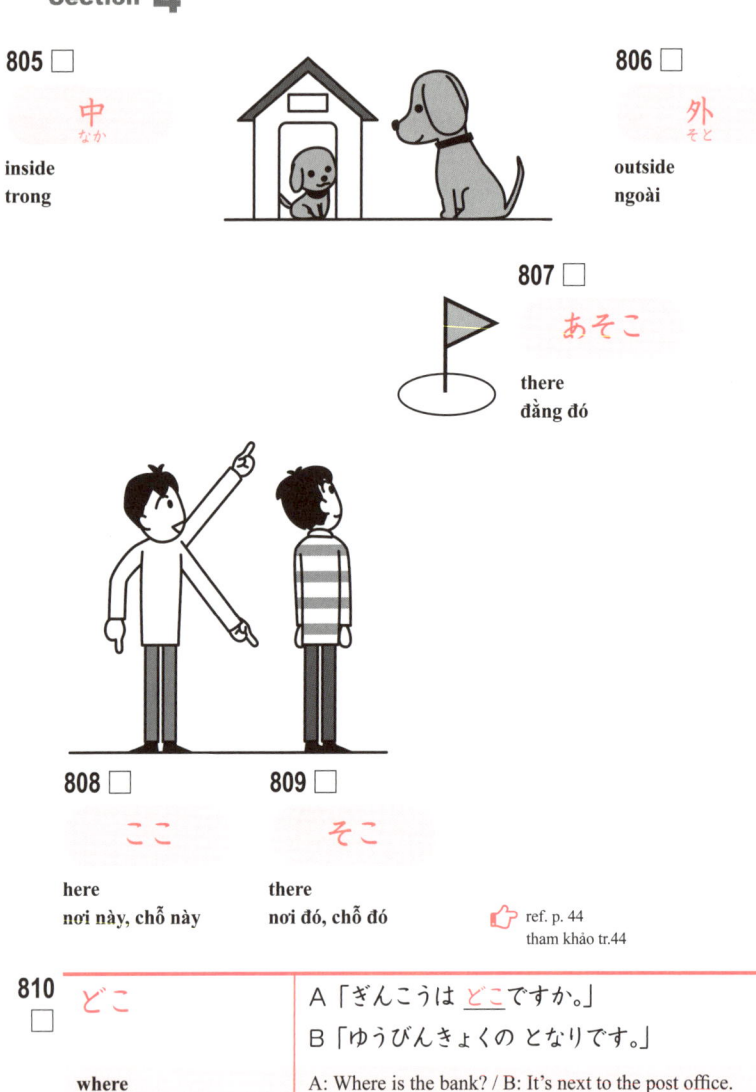

810 どこ

A「ぎんこうは どこですか。」
B「ゆうびんきょくの となりです。」

where
ở đâu

A: Where is the bank? / B: It's next to the post office.
A: Ngân hàng ở đâu ạ? / B: Bên cạnh bưu điện.

👉 When saying "koko", "soko", "asoko" and "doko" politely, "kochira", "sochira", "achira" and "dochira" are used. In casual conversations with friends, "kocchi" "socchi" "acchi" "docchi" can be used.
Khi nói "ここ", "そこ", "あそこ", "どこ" một cách lịch sự thì dùng "こちら", "そち", "あちら", "どちら". Trong hội thoại thân mật như khi nói chuyện với bạn bè thì có khi dùng "こっち", "そっち", "あっち", "どっち".

Section 5

出かける
で

Go Out / Ra ngoài

811	出かける で **go out** **ra ngoài**	日よう日に よく 出かけます。 I go out frequently on Sundays. Chủ nhật tôi thường đi ra ngoài.
812	出る で **leave** **ra, rời khỏi, tốt nghiệp**	① 8時に うちを 出ます。 ② きょねん、高校を 出ました。 ①I leave the house at 8 o'clock. ②I graduated from high school last year. ①Tôi rời khỏi nhà lúc 8 giờ. ②Năm ngoái, tôi đã tốt nghiệp trường cấp III.

👉 ①go outside ②graduate
①Đi ra ngoài. ②Tốt nghiệp

813	つく **arrive** **đến nơi**	10時に かいしゃに つきます。 I arrive at the office at 10:00 a.m. Tôi đến công ty lúc 10 giờ.
814	あう **meet** **gặp**	えきで 友だちに あいます。 I will meet my friend at the station. Tôi gặp bạn tôi ở nhà ga.
815	まつ **wait** **chờ, đợi**	1時間 友だちを まちました。 I waited for my friend for an hour. Tôi đã chờ bạn tôi 1 tiếng đồng hồ.
816	デート〈する〉 **date** **hẹn hò**	あした、かのじょと デートします。 I will go on a date with her tomorrow. Ngày mai, tôi hẹn hò với bạn gái.
817	やくそく〈する〉 **promise, engagement** **hứa, hẹn**	友だちと やくそくが あります。 I have an appointment with my friend. Tôi có hẹn với bạn.

734-835

Section 5

818 ようじ
errand
việc riêng

きょうは ようじが あります。
I have an errand to run today.
Hôm nay tôi có việc riêng.

819 つごうが いい
convenient
thuận tiện, có giờ rảnh

きょうは つごうが いいです。
Today is convenient for me.
Hôm nay tôi tiện (giờ).

820 つごうが わるい
inconvenient
không tiện, không có giờ rảnh

あしたは つごうが わるいです。
Tomorrow is inconvenient for me.
Ngày mai tôi không có giờ rảnh.

821 だめです
not good
không được

A「きょうは だめですか。」
B「はい。きょうは ちょっと……。」
A: It today bad? / B: Yes, today is not good.
A: Hôm nay không được à? / B: Vâng, hôm nay thì…

822 かえる
change
thay đổi

やくそくの 時間を かえます。
I will change the time of the appointment.
Thay đổi giờ hẹn.

823 お出かけですか
go on an outing
Anh / chị ra ngoài à?

A「お出かけですか。」
A: Are you going out?
A: Anh / chị ra ngoài à?

824 ちょっと～まで
just to ~
(đi) đến ~ một chút

B「はい、ちょっと しんじゅくまで。」
B: Yes, just to Shinjuku.
B: Vâng, đến Shinjiku một chút.

825 よかったら～
if it's alright with you ~
nếu được thì ~

A「よかったら いっしょに ひろしまへ 行きませんか。」
B「はい、ぜひ。」
A: Why don't you come with me to Hiroshima, if it's alright with you?
B: Yes, I would love to.
A: Nếu được, cùng tôi đi Hiroshima không?
B: Vâng, nhất định.

Chapter 8

826 すみません

① すみません。きょうは ようじが あります。
② すみません。ぎんざまで いくらですか。

excuse me
xin lỗi, làm ơn

① Sorry, I have something to do today.
② Excuse me, how much is it to Ginza?
① Xin lỗi. Hôm nay tôi có việc riêng.
② Làm ơn cho hỏi, đến Ginza mất bao nhiêu tiền ạ?

👉 ①used when apologizing ②used to get someone's attention
①Cách nói khi xin lỗi. ②Cách nói khi bắt chuyện.

827 〜でも〜ませんか

A「お茶でも 飲みませんか。」

would you ~ or something
~ cũng được chứ?

A: How about some tea?
A: Bạn uống trà chứ?

828 〜は ちょっと……

B「すみません。きょうは ちょっと……。」

not so good ~
~ hơi ….

B: Sorry, today is not so good.
B: Xin lỗi. Hôm nay tôi hơi…

829 ざんねんですが

A「あした、えいがを 見ませんか。」
B「ざんねんですが、あしたは ちょっと……。」

unfortunately
tiếc là

A: How about going to the movies tomorrow?
B: Unfortunately, tomorrow is not so good…
A: Ngày mai, đi xem phim chứ?
B: Tiếc là ngày mai tôi hơi…

830 また こんど おねがいします

B「また こんど おねがいします。」

next time please
Lần tới xin vui lòng

B: Next time, please.
B: Lần tới vui lòng rủ tôi nhé.

831 チャンス

チャンスが あったら、
ほっかいどうへ 行きたいです。

chance
cơ hội, dịp

If there's a chance, I would like to go to Hokkaido.
Nếu có dịp, tôi muốn đi Hokkaido.

Section 5

Good bye (I'm going).
Con (Tôi) đi đây. (câu chào trước khi đi, rời khỏi đâu đó)

832 いってきます。

Have a good day.
Con (Bạn) đi nhé. (câu chào tiễn ai đó đi đâu)

833 いってらっしゃい。

Hello (I'm back).
Con (Tôi) về rồi đây. (câu chào khi đâu đó về đến nơi)

834 ただいま。

Welcome home.
Con (Bạn) về rồi à. (câu chào đón ai đó đi đâu về)

835 おかえりなさい。

N5
Chapter
9
すむ

Living / Sống

		単語 No.
Section 1	いえ	House / Nhà — 836 〜 862
Section 2	アパートの 2かい Second Floor of the Apartment / Tầng 2 chung cư	863 〜 872
Section 3	ひっこし	Moving / Chuyển nhà — 873 〜 892
Section 4	先生の いえ	Teacher's House / Nhà của giáo viên — 893 〜 924
Section 5	電気	Electricity / Điện — 925 〜 942

Section 1

いえ

House / Nhà

836	いえ	わたしの いえは ふくおかに あります。
	home nhà	My house is in Fukuoka. Nhà của tôi ở Fukuoka.
837	へや	へやに キッチンが あります。
	room phòng	The room has a kitchen. Trong phòng có căn bếp.
838	まど	まどを あけます。
	window cửa sổ	I open the window. Mở cửa sổ.
839	ドア	ドアを しめます。
	door cửa	I close the door. Đóng cửa.
840	あける	ドアを あけないで ください。
	open mở	Please don't open the door. Xin đừng mở cửa.
841	しめる	まどを しめても いいですか。
	close đóng	Can I close the window? Tôi đóng cửa sổ được không?
842	かぎ	これは アパートの かぎです。
	key chìa khóa	This is the key to the apartment. Đây là chìa khóa căn hộ.
843	ベッド	へやに ベッドが あります。
	bed giường	There is a bed in the room. Trong phòng có giường.

Chapter 9

844 ダイニングキッチン

dining-kitchen
phòng ăn và bếp

845 わしつ

Japanese room
phòng kiểu Nhật

846 トイレ／おてあらい

toilet, bathroom
nhà vệ sinh

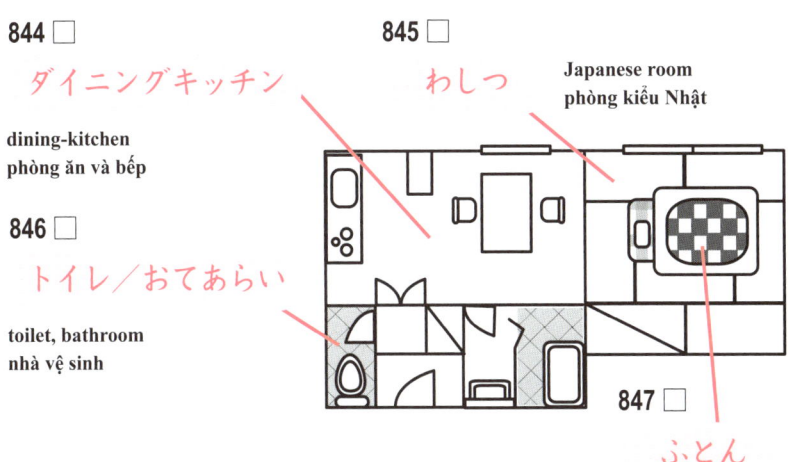

847 ふとん

futon mattress
mền, chăn

848	テーブル	ダイニングキッチンに テーブルが あります。
	table bàn (ăn)	There is a table in the dining-kitchen. Trong phòng bếp có bàn ăn.
849	つくえ	じしょは つくえの 上です。
	desk bàn (học, làm việc)	The dictionary is on the desk. Tự điển ở trên bàn.
850	いす	いすに すわります。
	chair ghế	I will sit on the chair. Tôi ngồi trên ghế.
851	すわる	どうぞ すわって ください。
	sit ngồi	Please sit down. Mời bạn ngồi.
852	立つ	ララちゃんは いえの まえに 立って います。
	stand đứng	Lara-chan is standing in front of the house. Bé Lala đang đứng trước nhà.

Section 1

853 せんたく〈する〉

laundry
giặt giũ

1しゅうかんに 1かい、せんたくします。

I do the laundry once a week.
Tôi giặt đồ 1 tuần 1 lần.

854 そうじ〈する〉

clean
quét dọn

まいにち、そうじします。

I clean every day.
Hàng ngày, tôi quét dọn.

855 ごみ

garbage
rác

ごみの 日は 木よう日です。

The day to dispose garbage is Thursday.
Ngày đổ rác là thứ Năm.

856 すてる

throw away
vứt

木よう日に ごみを すてます。

I throw away the garbage on Thursday.
Tôi vứt rác vào ngày thứ Năm.

857 おく

put
đặt, để

ここに にもつを おいて ください。

Please put the luggage here.
Hãy đặt hành lý ở đây.

858 すむ

live
sống

かぞくは タイに すんで います。

My family lives in Thailand.
Gia đình tôi sống ở Thái Lan.

859 じゅうしょ

address
địa chỉ

ここに じゅうしょを 書いて ください。

Please write your address here.
Hãy viết địa chỉ vào đây.

Chapter 9

860 ☐

れいぞうこ

refrigerator
tủ lạnh

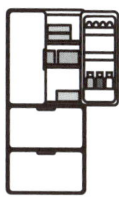

861 ☐

せんたくき

washing machine
máy giặt

862 ☐

そうじき

vacuum cleaner
máy hút bụi

Section 2
アパートの 2かい

Second Floor of the Apartment / Tầng 2 chung cư

---

863 たてもの

building
tòa nhà (chỉ các công trình kiến trúc nói chung)

A「デパートは どの たてものですか。」
B「あの たてものです。」

A: Which building is the department store?
B: It's that building.
A: Trung tâm thương mại là tòa nhà nào ạ?
B: Tòa nhà đó.

---

864 アパート

apartment
chung cư

アパートの 2かいに すんで います。

I live on the second floor of the apartment building.
Tôi sống ở tầng 2 chung cư.

---

865 りょう

dormitory
ký túc xá

ホアンさんは りょうに すんで います。

Huang-san lives in the dormitory.
Anh Hoàng sống ở ký túc xá.

---

866 ビル

building
tòa nhà

かいしゃは あの ビルです。

The office is in that building.
Công ty ở tòa nhà đó.

---

867 かいだん

stairs
cầu thang

かいだんは あそこです。

The stairs are there.
Cầu thang ở đằng kia.

---

868 エスカレーター

escalator
thang cuốn

エスカレーターで 5かいに 行きます。

Go to the fifth floor using the escalator.
Tôi đi tầng 5 bằng thang cuốn.

---

869 エレベーター

elevator
thang máy

エレベーターに のりましょう。

Let's take the elevator.
Hãy đi thang máy nào.

Chapter 9

870 何かい / がい
なん

which floor
tầng mấy

A「ホアンさんの へやは 何がいですか。」
B「2かいです。」
に

A: Which floor is Huang-san's room?
B: It's on the second floor.
A: Phòng của anh Hoàng ở tầng mấy? / B: Tầng 2.

871

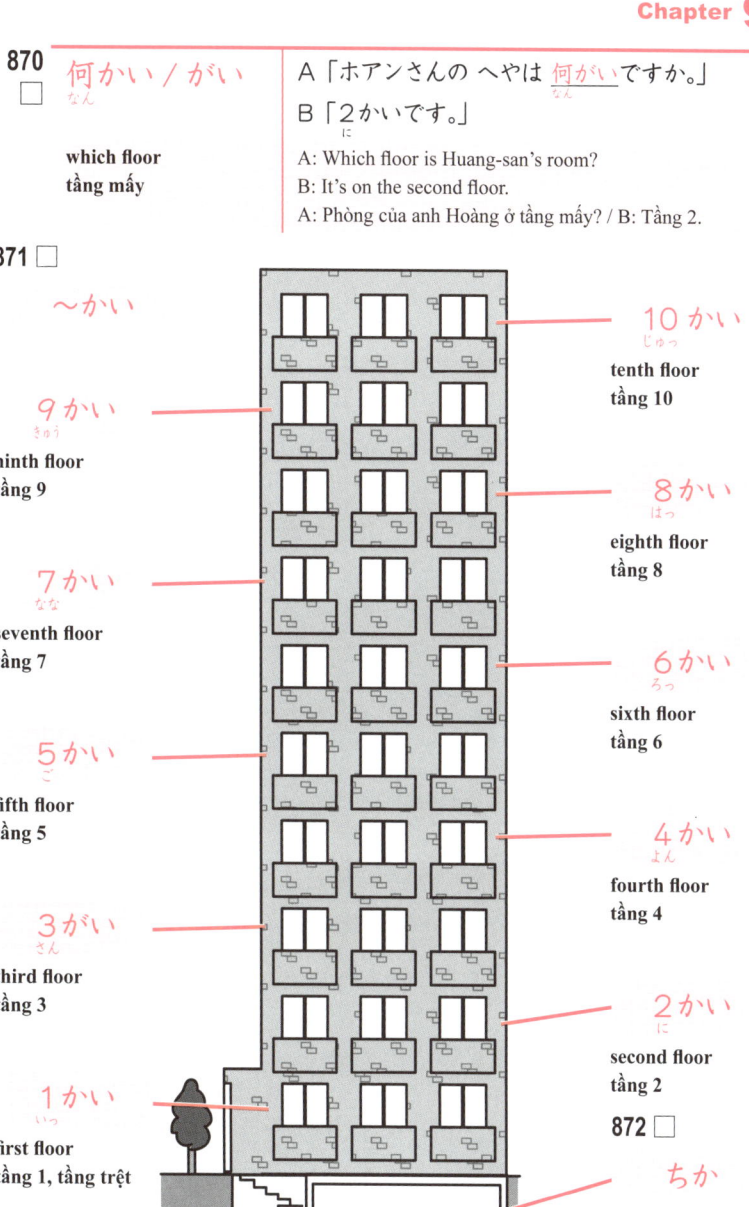

〜かい

10かい
じゅっ
tenth floor
tầng 10

9かい
きゅう
ninth floor
tầng 9

8かい
はっ
eighth floor
tầng 8

7かい
なな
seventh floor
tầng 7

6かい
ろっ
sixth floor
tầng 6

5かい
ご
fifth floor
tầng 5

4かい
よん
fourth floor
tầng 4

3がい
さん
third floor
tầng 3

2かい
に
second floor
tầng 2

1かい
いっ
first floor
tầng 1, tầng trệt

872

ちか
basement
tầng hầm

Section 3

ひっこし

Moving / Chuyển nhà

---

873 ひっこし

ひっこしは いつですか。

moving
chuyển nhà, chuyển chỗ ở

When are you moving?
Khi nào bạn chuyển nhà?

---

874 てんきん〈する〉

らいげつ、おおさかへ てんきんします。

transfer
chuyển sở làm

I will be stationed in Osaka next month.
Tháng tới, tôi chuyển sở làm đến Osaka.

---

875 やちん

ここは やちんが 高(たか)いです。

rent
tiền nhà

The rent here is expensive.
Nơi này tiền nhà đắt.

---

876 ところ

A「どんな ところに すみたいですか。」
B「べんりな ところに すみたいです。」

place
nơi, chỗ

A: What kind of place do you want to live in?
B: I want to live someplace convenient.
A: Bạn muốn sống ở nơi như thế nào?
B: Tôi muốn sống ở nơi tiện lợi.

---

877 いなか

いなかが 好(す)きです。

countryside
quê, vùng quê

I like the countryside.
Tôi thích vùng quê.

---

878 しずかな

しずかな ところが 好(す)きです。

quiet
yên tĩnh

I like quiet places.
Tôi thích nơi yên tĩnh.

---

879 にぎやかな

にぎやかな ところに すみたいです。

lively
nhộn nhịp

I want to live in a lively place.
Tôi muốn sống ở nơi nhộn nhịp.

Chapter 9

880 べんりな

convenient
tiện lợi

スーパーが ちかいです。べんりです。

The supermarket is nearby. That's convenient.
Siêu thị thì gần. Tiện lợi.

881 ふべんな

inconvenient
bất tiện

この アパートは えきから とおいです。ふべんです。

This apartment is far from the station. That's inconvenient.
Căn hộ này xa nhà ga. Bất tiện.

882 こうつう

traffic
giao thông

ここは こうつうが ふべんです。

It's not easy to get around here.
Nơi này giao thông bất tiện.

883 にわ

garden
vườn

にわに 犬が います。

There is a dog in the yard.
Trong vườn có con chó.

884 木

tree
cây

にわに 木が あります。

There is a tree in the yard.
Trong vườn có cây cối.

885 みどり

greenery
màu xanh, cây xanh, mảng xanh

かまくらは みどりが 多いです。

There is a lot of greenery in Kamakura.
Kamakura có nhiều cây xanh

886 わかい

young
trẻ

この 町は わかい 人が 多いです。

There are many young people in this town.
Khu phố này có nhiều người trẻ.

887 年を とる

get old
già

80さいです。年を とりました。

I am 80 years old. I have grown old.
Tôi 80 tuổi. Tôi già rồi.

888 しやくしょ

city hall
văn phòng ủy ban thành phố

しやくしょは えきの ちかくです。

The city hall is near the station.
Văn phòng ủy ban thành phố gần nhà ga.

Section 3

889 ☐

ひろい

spacious
rộng

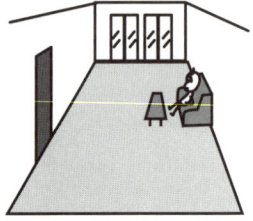

890 ☐

せまい

small, cramped
chật, hẹp

891 ☐

新しい
_{あたら}

new
mới

892 ☐

古い
_{ふる}

old
cũ, cổ

Section 4

先生の いえ
せんせい

Teacher's House / Nhà của giáo viên

893 いらっしゃい。
Welcome.
Xin mời.

894 どうぞ おあがり ください。
Please come in.
Xin mời vào.

895 しつれいします。
Excuse me.
Xin phép thất lễ.

896 そろそろ しつれいします。
I will excuse myself.
Em (Tôi) xin phép về đây.

897 また いらっしゃって ください。
Please come again.
Lại đến chơi nữa nhé.

Section 4

898 おっと
husband
chồng (tôi), người chồng

あねの おっとは かいしゃいんです。
My elder sister's husband is an office worker.
Chồng của chị tôi là nhân viên công ty.

899 つま
wife
vợ (tôi), người vợ

あにの つまは にほんじんです。
My elder brother's wife is a Japanese.
Vợ của anh tôi là người Nhật.

900 ごしゅじん
the husband
chồng (kính ngữ)

たなかさんの ごじゅじんは しゃちょうです。
The husband of Mrs. Tanaka is a company president.
Chồng của chị Tanaka là giám đốc.

901 おくさん
the wife
vợ (kính ngữ)

山田さんの おくさんは りょうりが じょうずです。
The wife of Mr. Yamada is good at cooking.
Vợ của anh Yamada nấu ăn ngon.

902 しょうかい〈する〉
introduce
giới thiệu

先生に 友だちを しょうかいします。
I will introduce my friend to the teacher.
Tôi giới thiệu bạn với thầy / cô giáo.

903 こちらは〜さんです
this is Mr./Ms. ~
Đây là anh / chị ~

A「こちらは アリさんです。」
A: This is Ali-san.
A: Đây là anh / chị Ali.

904 これから おせわに なります
thank you for taking care of me on this occasion
Từ nay xin được giúp đỡ.

B「はじめまして、アリです。
　これから おせわに なります。」
B: Nice to meet you, I am Ali. Thank you for taking care of me on this occasion.
B: Xin chào, tôi là Ali. Từ nay xin được giúp đỡ.

905 いらっしゃいます
is here/there
ở (kính ngữ)

A「ごりょうしんは どちらに いらっしゃいますか。」
B「トルコに います。」
A: Where are your parents? / B: They are in Turkey.
A: Cha mẹ bạn ở đâu? / B: Ở Thổ Nhĩ Kỳ.

Chapter 9

906 どくしん

あには どくしんです。

single
độc thân

My brother is single.
Anh trai tôi độc thân.

907 けっこん〈する〉

らいげつ、けっこんします。

married
kết hôn

I will get married next month.
Tháng tới tôi sẽ kết hôn.

908 ぼく

A「何を 飲む?」
B「ぼくは ジュース。」

I (male)
tôi

A: What do you want to drink. / B: I will have juice.
A: Bạn uống gì? / B: Tôi thì nước trái cây.

👉 Boys use "boku" instead of "watashi" to refer to themselves.
Con trai khi nói về mình thì dùng "ぼく".

909 ありがとう ございました

きょうは ありがとうございました。

thank you
Xin cám ơn.

Thank you for everything today.
Hôm nay xin cảm ơn bạn.

910 いろいろ[と]

いろいろ ありがとうございました。

for everything
nhiều việc

Thank you very much for everything.
Cảm ơn bạn về nhiều việc.

911 おせわに なりました

A「おせわに なりました。」
B「いいえ、こちらこそ。」

thank you for taking care of me
Đã được anh / chị giúp đỡ nhiều.

A: Thank you for taking care of me.
B: Not at all, and I thank you the same.
A: Tôi đã được anh / chị giúp đỡ nhiều.
B: Không, tôi mới phải.

912 気を つけて

(お)気を つけて。

take care
cẩn thận

Please take care.
Bạn cẩn thận nhé.

Section 4

913	あぶない	A「あぶないです。気を つけて ください。」 B「はい。」
	watch out nguy hiểm	A: Watch out. Please be careful. / B: Yes. A: Nguy hiểm! Hãy cẩn thận! / B: Vâng.
914	しゅうまつ	しゅうまつ、デートを します。
	weekend cuối tuần	I will go on a date this weekend. Cuối tuần, tôi hẹn hò.
915	はじめ	きょねんの はじめに 日本へ 来ました。
	beginning thời gian đầu, khoảng đầu	I came to Japan at the beginning of last year. Tôi đã đến Nhật đầu năm ngoái.
916	おわり	こんげつの おわりに くにへ 帰ります。
	end kết thúc, khoảng cuối	I will return to my country this month. Cuối tháng này tôi sẽ về nước.

Chapter 9

917 ☐

おととい

the day before yesterday
hôm kia

918 ☐

あさって

the day after tomorrow
ngày mốt

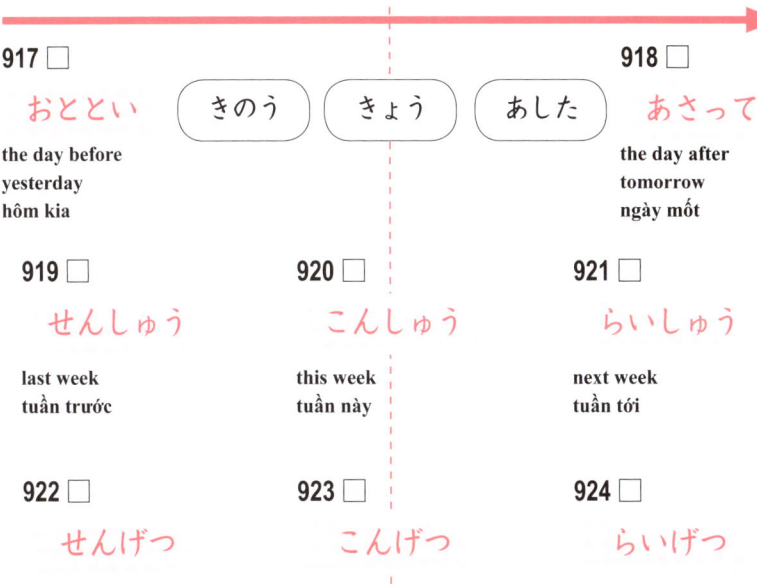

きのう　きょう　あした

919 ☐

せんしゅう

last week
tuần trước

920 ☐

こんしゅう

this week
tuần này

921 ☐

らいしゅう

next week
tuần tới

922 ☐

せんげつ

last month
tháng trước

923 ☐

こんげつ

this month
tháng này

924 ☐

らいげつ

next month
tháng tới

Section 5

電気
でんき

Electricity / Điện

---

925 電気 (でんき)
electricity, power, light
đèn, điện

電気を つけて ください。
Please turn on the lights.
Hãy bật đèn lên.

---

926 つける
turn on
bật, mở

エアコンを つけます。
I will turn on the air conditioner.
Tôi mở máy điều hòa.

---

927 けす
turn off
tắt, đóng

電気を けします。
I will turn off the lights.
Tôi tắt đèn.

---

928 明るい (あか)
bright
sáng, sáng sủa, tươi sáng

電気を つけると、明るく なります。
It gets bright when the lights are turned on.
Khi mở đèn, trở nên sáng sủa.

---

929 暗い (くら)
dark
tối tăm

へやが 暗いです。
The room is dark.
Căn phòng thì tối tăm.

---

930 エアコン
air conditioner
máy điều hòa

へやに エアコンが あります。
The room has an air conditioner.
Trong phòng có máy điều hòa.

---

931 ビデオ
video
video

しゅうまつ、ビデオを 見ます。
I will watch the video over the weekend.
Cuối tuần, tôi xem video.

---

932 スイッチ
switch
công tắc, nút bấm

スイッチは ドアの 右です。
The switch is on the right side of the door.
Công tắc ở bên phải cửa.

Chapter 9

933 まわす

これを 左(ひだり)に まわすと、おゆが 出(で)ます。

turn
quay

Warm water comes out when you turn this to the left.
Hễ quay cái này sang trái, nước nóng sẽ chảy ra.

934 ひく

これを ひくと、水(みず)が 出(で)ます。

pull
kéo

Water comes out when you pull this.
Hễ kéo cái này, nước sẽ chảy ra.

935 うごく

スイッチを おすと、うごきます。

move
chuyển động

It moves when you push the switch.
Hễ bấm nút, sẽ chuyển động.

936 音(おと)

ラジオの 音(おと)が 小(ちい)さいです。

sound
âm thanh, tiếng động

The sound of the radio is weak.
Tiếng radio nhỏ.

937 もし [～たら]

もし こしょうしたら、しゅうりします。

if
nếu

If it breaks, I will fix it.
Nếu bị hỏng, tôi sẽ sửa.

938 こしょう〈する〉

エアコンが こしょうしました。

broken
hư, hỏng

The air conditioner is broken.
Máy điều hòa bị hỏng.

939 しゅうり〈する〉

エアコンを しゅうりして ください。

repair
sửa chữa

Please fix the air conditioner.
Hãy sửa máy điều hòa.

940 よぶ

電気(でんき)やを よびます。

call
gọi

I will call the electrician.
Tôi sẽ gọi tiệm điện khí.

Section 5

941 なおす

① おとうとの パソコンを なおします。
② おとうとの レポートを なおします。

fix/correct
sửa, sửa chữa, chỉnh sửa

① I will fix my brother's computer.
② I will correct my brother's report.
① Tôi sửa máy tính của em trai.
② Tôi sửa bài báo cáo của em trai.

👍 ①to repair ②to correct
①Sửa chữa ②Đính chính

942 せいひん

電気(でんき)せいひんを あきはばらで 買(か)いました。

product
sản phẩm

I bought electrical appliances in Akihabara.
Tôi đã mua sản phẩm điện máy ở Akihabara.

N5
Chapter
10
けんこう etc.

Health etc. / Sức khỏe v.v.

		単語 No.
Section 1	びょうき Sick / Bệnh	943 〜 964
Section 2	お元気ですか。 How are you? / (Bạn) Khỏe không?	965 〜 985
Section 3	たいせつな もの・こと Important Things / Vật - Việc quan trọng	986 〜 1001
Section 4	しょうらい Future / Tương lai	1002 〜 1017
Section 5	これも おぼえよう！ Let's remember this! / Hãy nhớ cả những từ này!	1018 〜 1046

Section 1

びょうき

Sick / Bệnh

943	びょうき	びょうきに なりました。
	sick bệnh, ốm	I got sick. Tôi đã bị bệnh.

944	びょういん	びょういんへ 行きます。
	hospital bệnh viện	I will go to the hospital. Tôi sẽ đi bệnh viện.

945	どう しましたか	いしゃ「どう しましたか。」
	what's wrong, what's the matter Anh / chị bị làm sao?	Doctor: What's the matter? Bác sỹ: Anh / Chị bị làm sao?

946	ねつ	A「きのうから ねつが あります。」
	fever sốt	A: I have been running a fever since yesterday. A: Tôi bị sốt từ hôm qua.

947	かぜ	いしゃ「かぜですね。」
	cold cảm	Doctor: You have a cold. Bác sỹ: (Anh / chị) bị cảm.

948	インフルエンザ	いしゃ「インフルエンザです。おふろに 入らないで ください。」
	flu cúm	Doctor: You have the flu. Do not take a bath. Bác sỹ: (Anh / chị) bị cúm. Đừng đi tắm nhé.

949	くすり	一日に 3かい くすりを 飲んで ください。
	medicine thuốc	Doctor: Take this medicine three times a day. Bác sỹ: Hãy uống thuốc 1 ngày 3 lần.

☞ Use "nomimasu" for medicine.
　Thuốc (bệnh) thì dùng "飲みます".

Chapter 10

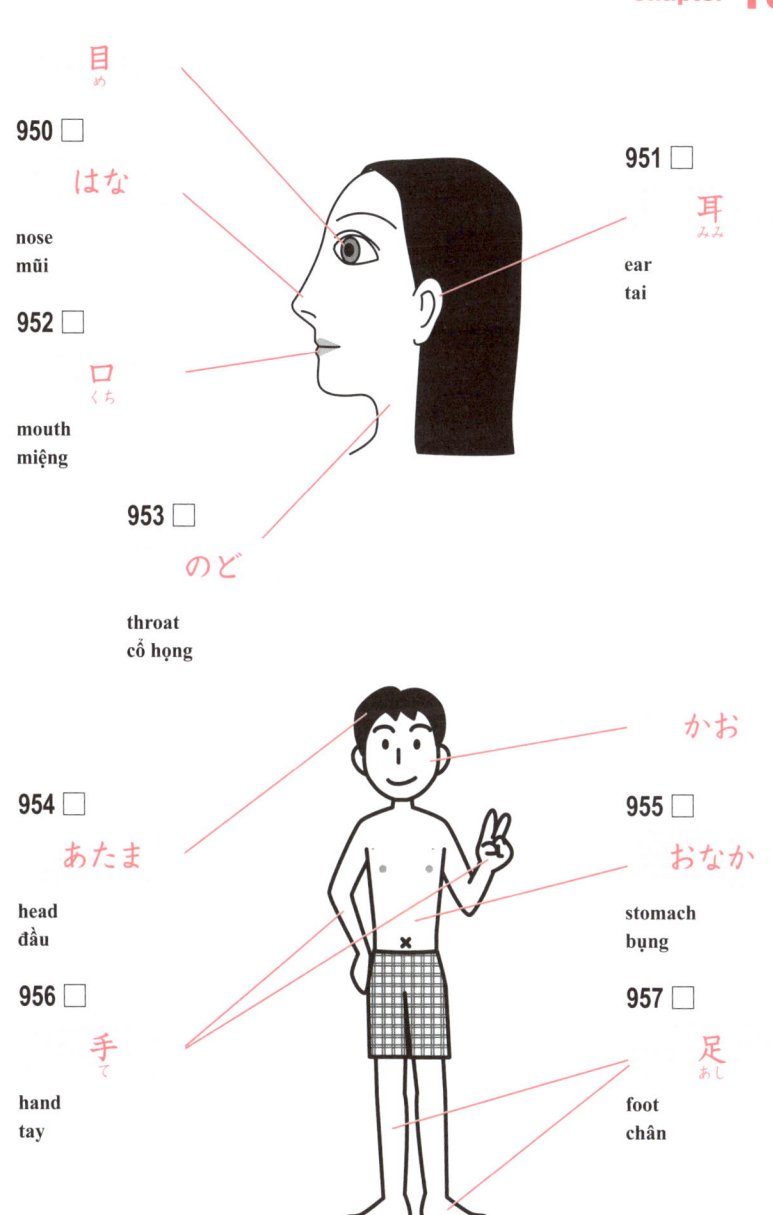

950 □ 目 (め)
nose
mũi

951 □ 耳 (みみ)
ear
tai

952 □ 口 (くち)
mouth
miệng

はな

953 □ のど
throat
cổ họng

954 □ あたま
head
đầu

かお

955 □ おなか
stomach
bụng

956 □ 手 (て)
hand
tay

957 □ 足 (あし)
foot
chân

943 - 1046

Section 1

958	おだいじに	かんごし「おだいじに。」
	take care giữ gìn sức khỏe, mau khỏe. (câu nói với người đang bị đau bệnh)	Nurse: Please take care. Y tá: Anh / chị mau khỏe nhé.
959	2、3日(にさんにち)	2、3日 かいしゃを 休(やす)みます。
	two, three days 2, 3 ngày	I will take two or three days off from work. Tôi nghỉ làm 2, 3 ngày.
960	～が いたい	は が いたい です。
	~ hurts đau ~	My tooth hurts. Tôi đau răng.
961	はいしゃ［さん］	きのう、はいしゃへ 行(い)きました。
	dentist nha sỹ	I went to the dentist yesterday. Hôm qua tôi đã đi nha sỹ.
962	一人(ひとり)で	一人で びょういんへ 行(い)きます。
	alone một mình	I will go to the hospital alone. Tôi sẽ đi bệnh viện một mình.
963	けんこう	けんこうに 気(き)を つけて います。
	health khỏe mạnh, sức khỏe	I am mindful of my health. Tôi giữ gìn sức khỏe.
964	［けんこう］ ほけんしょう	びょういんに けんこうほけんしょうを もっていきます。
	health insurance card thẻ bảo hiểm (sức khỏe)	I will bring my health insurance card to the hospital. Tôi đem thẻ bảo hiểm (sức khỏe) đi bệnh viện.

Section 2

お元気ですか。
がんき

How are you? / (Bạn) Khỏe không?

965	体 からだ body cơ thể	いもうとは 体が よわいです。 からだ My sister is sickly. Em gái tôi cơ thể yếu ớt.
966	体に いい からだ good for one's health tốt (có lợi) cho cơ thể	ジョギングは 体に いいです。 からだ Jogging is good for your health. Chạy bộ có lợi cho cơ thể.
967	ちょうし condition tình trạng	体の ちょうしが よくないです。 からだ My condition is not good. Tình trạng cơ thể không tốt.
968	つかれる tired mệt mỏi	A「つかれましたね。少し 休みましょう。」 すこ やす B「はい。」 A: I'm tired. Let's rest a little. / B: Okay. A: Mệt quá nhỉ. Nghỉ một chút nào. / B: Vâng.
969	ねむい sleepy buồn ngủ	A「けさ、5時に おきました。ねむいです。」 ごじ A: I woke up at 5:00 a.m. this morning. I'm sleepy. A: Sáng nay tôi dậy lúc 5 giờ. Buồn ngủ quá.
970	はやく early mau, sớm	B「はやく ねた ほうが いいですよ。」 B: You should go to sleep early. B: Bạn nên đi ngủ sớm đi.
971	たいへんな terrible vất vả	A「まいにち、ざんぎょうします。」 B「たいへんですね。」 A: I work overtime every day. / B: That is terrible. A: Hàng ngày, tôi làm tăng ca. / B: Vất vả nhỉ.

Section 2

972 さいきん
recently / gần đây

さいきん、しごとが いそがしいです。
Recently, I am busy at work.
Gần đây, công việc bận rộn.

973 しんぱい〈する〉
worry / lo lắng

母(はは)が しんぱいして います。
My mother is worried.
Mẹ tôi đang lo lắng.

974 たばこ
cigarettes / thuốc lá

じどうはんばいきで たばこを 買(か)います。
I bought cigarettes at the vending machine.
Tôi mua thuốc lá ở máy bán hàng tự động.

975 すう
smoke / hút

ここで たばこを すわないで ください。
Please do not smoke here.
Vui lòng không hút thuốc tại đây.

976 きんえん
no smoking / cấm hút thuốc

えきは きんえんです。
No smoking at the station.
Nhà ga cấm hút thuốc.

977 だいじょうぶな
okay / ổn, không sao

A「一人(ひとり)で だいじょうぶですか。」
B「はい。」
A: Are you okay on your own? / B: Yes.
A: Một mình bạn ổn chứ? / B: Vâng.

978 むりな
unreasonable / quá sức, miễn cưỡng

むりな ダイエットは よくないです。
An unreasonable diet is not good.
Ăn kiêng quá sức thì không tốt.

979 ダイエット
diet / ăn kiêng

ダイエットを して います。
I am on a diet.
Tôi đang ăn kiêng.

980 おもいだす
remember / nhớ ra, nhớ

ときどき、かぞくを おもいだします。
I sometimes remember my family.
Thinh thoảng, tôi nhớ gia đình.

Chapter 10

981 さびしい

lonely
buồn ngủ

友だちが くにへ 帰りました。<u>さびしい</u>です。

My friend returned to his/her home country. I feel lonely.
Bạn tôi đã về nước. Tôi buồn lắm.

982 [お]ひさしぶり です[ね]

long time no see
lâu ngày

983 あっ

oh
Á, a

984 [お]元気ですか

are you doing good?
Anh / chị khỏe không?

985 おかげさまで

thanks to you
Nhờ trời

すずき：ホアンさん、<u>ひさしぶりですね</u>。
ホアン：<u>あっ</u>、すずき先生。
　　　　<u>おひさしぶりです</u>。
すずき：<u>お元気ですか</u>。
ホアン：はい。<u>おかげさまで</u>。
すずき：からだの ちょうしは どうですか。
ホアン：<u>おかげさまで</u> よく なりました。

👍 "Ogenki desuka?" is used when you meet someone you haven't seen for a long time. / Dùng "お元気ですか" với người lâu ngày không gặp.

Suzuki: Huang-san, long time no see!
Huang: Oh, Suzuki-sensei. Long time no see!
Suzuki: Are you doing oaky?
Huang: Yes, thanks to everyone.
Suzuki: How are you feeling?
Huang: I have recovered, thanks to everyone.

Suzuki: Hoàng, lâu ngày quá nhỉ.
Hoàng: A, cô Suzuki. Lâu ngày quá ạ.
Suzuki: Em khỏe không?
Hoàng: Vâng, nhờ trời ạ.
Suzuki: Tình trạng cơ thể thế nào?
Hoàng: Nhờ trời, tốt lên rồi ạ.

Section 3

たいせつな もの・こと

Important Things / Vật - Việc quan trọng

986	パスポート	いつも パスポートを もって います。
	passport hộ chiếu	I always carry my passport. Tôi luôn đem theo hộ chiếu.
987	ビザ	たいしかんで ビザを もらいます。
	visa thị thực	I will receive my visa at the embassy. Sẽ nhận thị thực ở đại sứ quán.
988	たいしかん	たいしかんは とうきょうに あります。
	embassy đại sứ quán	The embassy is in Tokyo. Đại sứ quán ở Tokyo.
989	たいせつな	あんしょうばんごうは たいせつです。
	important quan trọng	The passcode number is important. Mã số bảo mật là quan trọng.
990	なくす	うちの かぎを なくしました。
	lose đánh mất	I lost my house key. Tôi đã đánh mất chìa khóa nhà.
991	かす	お金を かして ください。
	lend cho mượn	Please, lend me some money. Hãy cho tôi mượn tiền.
992	かりる	・友だちに お金を かります。 ・としょかんで 本を かります。
	borrow mượn	I will borrow money from a friend. / I will borrow books from the library. -Tôi mượn tiền từ bạn. / -Tôi mượn sách ở thư viện.

Chapter 10

993 かえす

としょかんに 本を かえします。

return
trả lại

I will return the book to the library.
Tôi trả sách cho thư viện.

994 むだな

むだな 買い物は しません。

wasteful
hoang phí, phí phạm

I don't do wasteful shopping.
Tôi không mua sắm hoang phí.

995 いる

りゅうがくする とき、ビザが いります。

need
cần thiết

I need a visa to study abroad.
Khi du học, cần có thị thực.

996 えっ

A「この カメラは 500,000 円です。」
B「えっ?」

really?
hả, ơ

A: This camera is 500,000 yen. / B: Really?
A: Cái máy ảnh này 500.000 yên. / B: Hả?

997 ほんとう

B「ほんとうですか。」

true
thật

Is that true?
B: Thật không?

998 うそ

うそじゃありません。ほんとうです。

lie
lời nói dối, nói xạo

It's not a lie. It's true.
Không phải nói dối. Là thật.

999 こと

インターネットで 日本の ことを しらべました。

about
việc (về ~)

I researched about Japan on the Internet.
Tôi đã tìm hiểu về Nhật Bản bằng mạng internet.

1000 おいのり

まいにち、おいのりを します。

pray
cầu nguyện

I pray every day.
Hàng ngày, tôi cầu nguyện.

1001 さわる

この えに さわらないで ください。

touch
sờ, rờ

Please do not touch the picture.
Vui lòng không sờ vào bức tranh này.

Section 4
しょうらい

Future / Tương lai

1002	しょうらい	しょうらい、けんきゅうしゃに なりたいです。
	future tương lai	I want to become a scholar in the future. Trong tương lai, tôi muốn trở thành nhà nghiên cứu.
1003	ゆめ	大きい ゆめが あります。
	dream ước mơ, giấc mơ	I have a big dream. Tôi có ước mơ to lớn.
1004	りゅうがく〈する〉	アメリカへ りゅうがくします。
	study overseas du học	I will study in the United States. Tôi sẽ du học Mỹ.
1005	けんきゅう〈する〉	10年ぐらい、けいざいを けんきゅうして います。
	research nghiên cứu	I have been researching economics for about ten years. Tôi nghiên cứu kinh tế khoảng 10 năm.
1006	けんきゅうしゃ	父は けいざいの けんきゅうしゃです。
	scholar nhà nghiên cứu	My father is a scholar of economics. Bố tôi là nhà nghiên cứu kinh tế.
1007	大学いん	あには 大学いんの 学生です。
	graduate school cao học	My brother is a graduate school student. Anh tôi là sinh viên cao học.
1008	せんもん	山田さんの せんもんは けいざいです。
	expert chuyên môn	Yamada-san's expertise is economics. Chuyên môn của anh / chị Yamada là kinh tế.
1009	けいざい	大学で けいざいを べんきょうして います。
	economics kinh tế	I am studying economics in college. Tôi đang học kinh tế ở trường đại học.

Chapter 10

1010 びじゅつ

せんもんは びじゅつです。

art
mỹ thuật

My expertise is art.
Chuyên môn là mỹ thuật.

1011 ちきゅう

ちきゅうの ことを けんきゅうして います。

earth
địa cầu, trái đất

I am researching about the earth.
Tôi đang nghiên cứu về trái đất.

1012 ～に ついて

日本の けいざいに ついて しらべて います。
にほん

about
về ~

I am researching about the Japanese economy.
Tôi đang tìm hiểu về kinh tế của Nhật Bản.

1013 やめる

らいねん、かいしゃを やめます。

quit
nghỉ, bỏ, thôi

I will quit the company next year.
Sang năm, tôi sẽ nghỉ công ty (nghỉ việc).

1014 かんがえる

しょうらいの ことを かんがえて います。

think
suy nghĩ

I am thinking about the future.
Tôi đang suy nghĩ về chuyện tương lai.

1015 もう

A「もう しょうらいの ことを かんがえましたか。」

already
(đã) rồi

A: Did you already think about your future?
A: Bạn đã suy nghĩ về chuyện tương lai chưa?

1016 まだ

B「いいえ、まだです。」

not yet
chưa

B: No, not yet.
B: Chưa, vẫn chưa.

1017 これから

B「これから かんがえます。」

from now
từ nay

B: I will think about it from now.
B: Từ nay tôi sẽ suy nghĩ.

Section 5

これも おぼえよう！

Let's remember this! / Hãy nhớ cả những từ này!

1018	そして	この ロボットは ことばが わかります。 そして、ダンスも できます。
	and và	This robot understands words. / And it also can dance. Người máy này hiểu tiếng người. / Và có thể khiêu vũ.
1019	まえ	パーティーの まえに 買い物を します。
	before trước	I will shop before the party. Tôi mua sắm trước bữa tiệc.
1020	あと	買い物の あと、りょうりを します。
	after sau	I will cook after shopping. Sau khi mua sắm, tôi nấu ăn.
1021	もうすぐ	A「もうすぐ パーティーが はじまりますよ。」
	soon sắp sửa	A: The party will start soon. A: Bữa tiệc sắp bắt đầu rồi đấy.
1022	すぐ	B「わかりました。すぐ 行きます。」
	immediately ngay	B: Okay, I will be there immediately. B: Tôi biết rồi. Sẽ đi ngay.
1023	あとで	C「いま、レポートを 書いて います。あとで 行きます。」
	later để sau	C: I am writing a report now. I will go later. C: Bây giờ tôi đang viết báo cáo. Tôi sẽ đi sau.
1024	また	また あとで 電話を かけます。
	again lại nữa	I will call again later. Tôi sẽ gọi điện thoại lại sau.

Chapter 10

1025 までに

by
cho đến ~

レポートは あしたまでに 書きます。

I will write up the report by tomorrow.
Tôi viết báo cáo đến ngày mai.

1026 ですから

so
vì vậy

ですから、きょうは どこにも 行きません。

So I won't go anywhere today.
Vì vậy, hôm nay không đi đâu cả.

1027 そんなに

so much
như thế

A「まいにち いそがしいですか。」
B「そんなに いそがしくないです。」

A: Are you busy every day? / B: No, not so much.
A: Hàng ngày, bạn có bận rộn không?
B: Không bận lắm đâu.

1028 だんだん

gradually
dần dần

だんだん むずかしく なります。

It gradually becomes difficult.
Dần dần trời trở nên lạnh.

A「みなさん、きょうは ロボットに ついて 話します。この ロボットは いろいろな ことが できます。」
B「へえ、それは すごいですね。」

1029 みなさん

everyone
mọi người

1030 ロボット

robot
người máy

1031 へえ

wow
Hể, ồ

1032 すごい

amazing
tuyệt, giỏi

A: Everyone, today we will discuss about robots.
Robots can do many things.
B: Wow, that's amazing.
A: Mọi người, hôm nay tôi sẽ nói chuyện về người máy.
Người máy này có thể làm được nhiều thứ.
B: Ồ, vậy thì giỏi nhỉ.

Section 5

1033 とくに

とくに かんじが むずかしいです。

especially / đặc biệt là

The kanji is especially difficult.
Đặc biệt chữ Hán thì khó.

1034 なかなか

むずかしいです。なかなか こたえが わかりません。

quite / mãi

It's difficult. I don't quite know the answer.
Khó quá. Mãi không biết câu trả lời.

👉 Used in "naka naka ~ masen" form.
Dùng với hình thức "なかなか～ません". (Mãi không ~)

1035 ～が

・かんがえましたが、わかりませんでした。
・けんきゅうは むずかしいですが、おもしろいです。

but / ~ nhưng

I thought about it but I didn't understand.
The research is difficult but interesting.
Tôi đã suy nghĩ nhưng không hiểu.
Nghiên cứu thì khó nhưng thú vị.

1036 ～けど

・かんがえたけど、わからなかった。
・けんきゅうは むずかしいけど、おもしろい。

but / ~ nhưng

I thought about it but I didn't understand.
The research is difficult but interesting.
Tôi đã suy nghĩ nhưng không hiểu.
Nghiên cứu thì khó nhưng thú vị.

1037 そうですね

A「しごとは どうですか。」
B「そうですね。いそがしいですが、おもしろいです。」

let's see / Ừ nhỉ

A: How is your work?
B: Let's see. I'm busy but it's interesting.
A: Công việc thế nào? / B: Ừ nhỉ. Bận rộn nhưng thú vị.

1038 しつれいですが

A「しつれいですが、おなまえは?」
B「山田です。」

excuse me, but / Xin lỗi, ~

A: Excuse me, but what is your name? / B: I'm Yamada
A: Xin lỗi, tên bạn là gì? / B: Tôi là Yamada.

Chapter 10

1039 きく
ask
hỏi

ホアンさんに じゅうしょを ききます。

I ask Huang-san for his address.
Tôi hỏi anh Hoàng địa chỉ.

1040 あのー
excuse me
xin lỗi, à này

1041 えーっと
umm…
à ~ thì

1042 でも
but
nhưng

1043 どうして
why
tại sao

1044 〜から
because ~
từ ~

1045 そうですか
okay
Vậy à?

1046 わかりました
understand
Tôi hiểu rồi

A「あのー、ゆうびんきょくは どこですか。」
B「えーっと、あそこですよ。でも、きょうは 休みですよ。」
A「どうしてですか。」
B「土よう日ですから。」
A「そうですか。わかりました。ありがとうございます。」

A: Excuse me, where is the post office?
B: Um..., it's there. But it's closed today.
A: Why is that?
B: Because it's Saturday.
A: Okay, I understand. Thank you.

A: Xin lỗi, bưu điện ở đâu ạ?
B: Àa.., ở đằng kia kìa. Nhưng, hôm nay nghỉ đấy.
A: Tại sao ạ?
B: Vì là thứ Bảy.
A: Vậy ạ? Tôi hiểu rồi. Cảm ơn.

50音順単語さくいん

Vocabulary Index in Syllabic Order / 50音図順序索引 / Danh mục từ vựng theo thứ tự 50 chữ cái tiếng Nhật

読み	単語	単語No.

あ

読み	単語	No.
あいすくりーむ	アイスクリーム	476
あいだ	間	799
あう	あう	814
あおい	あおい	313
あかい	あかい	312
あかるい	明るい	928
あき	あき	617
あきはばら	あきはばら	373
あける	あける	840
あげる	あげる	714
あさ	あさ	394
あさくさ	あさくさ	371
あさごはん	あさごはん	421
あさって	あさって	918
あし	足	957
あした	あした	143
あそこ	あそこ	807
あそぶ	あそぶ	344
あたたかい	あたたかい	598
あたま	あたま	954
あたまが いい	あたまが いい	294
あたらしい	新しい	891
あっ	あっ	983
あつい	あつい	595
あつめる	あつめる	705
あと	あと	1020
あとで	あとで	1023
あなた	あなた	5
あに	あに	34
あにめ	アニメ	562
あね	あね	33
あの	あの	241
あの かた	あの かた	723
あのー	あのー	1040
あぱーと	アパート	864
あびる	あびる	416
あぶない	あぶない	913
あまい	あまい	505
あまり	あまり	524
あめ	雨	592
あめりか	アメリカ	90
あらう	あらう	412
ありがとう。	ありがとう。	21
ありがとう ございました	ありがとう ございました	909
ありがとう ございます。	ありがとう ございます。	23
ある	ある	69
あるく	あるく	776
あるばいと	アルバイト	151
あれ	あれ	237
[あんしょう]ばんごう	[あんしょう]ばんごう	688
あんない〈する〉	あんない〈する〉	345

い

読み	単語	No.
いい	いい	589
いい[お]てんきですね	いい[お]てんきですね	591
いいえ	いいえ	11
いう	言う	159
いえ	いえ	836
いかがですか	いかがですか	513
いぎりす	イギリス	95
いく	行く	115
いくつ	いくつ	657
[お]いくつ	[お]いくつ	730
いくつめ	いくつ目	792
いくら	いくら	639
いけばな	いけばな	532
いしゃ	いしゃ	225
いす	いす	850
いそがしい	いそがしい	204
いそぐ	いそぐ	764
いただきます。	いただきます。	517

170

いたりあ	イタリア	99
いち	いち	119
いちど	いちど	626
いちども	いちども	628
いちばん	いちばん	613
いつ	いつ	608
いっしょに	いっしょに	545
いってきます。	いってきます。	832
いってらっしゃい。	いってらっしゃい。	833
いっぱいな	いっぱいな	512
いつも	いつも	770
いなか	いなか	877
いぬ	いぬ	38
いま	いま	278
いみ	いみ	181
いもうと	いもうと	36
いもうとさん	いもうとさん	50
いらっしゃい。	いらっしゃい。	893
いらっしゃいます	いらっしゃいます	905
いらっしゃいませ。	いらっしゃいませ。	499
いる	いる	40
いる	いる	995
いれる	入れる	447
いろいろ[と]	いろいろ[と]	910
いろいろな	いろいろな	317
いんたーねっと	インターネット	262
いんど	インド	76
いんどねしあ	インドネシア	77
いんふるえんざ	インフルエンザ	948

う		
うえ	上	801
うえの	うえの	370
うけつけ	うけつけ	209
うごく	うごく	935
うしろ	うしろ	804
うそ	うそ	998
うた	うた	547
うたう	うたう	548
うち	うち	41
うどん	うどん	467
うま	うま	353
うまれる	生まれる	726
うみ	うみ	570
うりば	うりば	665
うる	うる	664
うわぎ	うわぎ	322
うんてん〈する〉	うんてん〈する〉	750
うんてんしゅ	うんてんしゅ	230
うんてんしゅさん	うんてんしゅさん	230

え		
え	え	540
えあこん	エアコン	930
えあめーる	エアメール	708
えいが	えいが	557
えいがかん	えいがかん	558
ええ	ええ	10
えーっと	えーっと	1041
えーてぃーえむ	ATM	683
えき	えき	734
えきいん	えきいん	229
えきいんさん	えきいんさん	229
えじぷと	エジプト	101
えすかれーたー	エスカレーター	868
えっ	えっ	996
えれべーたー	エレベーター	869
えん	円	640
えんぴつ	えんぴつ	253

お		
おいしい	おいしい	507
おいしゃさん	おいしゃさん	225
おいのり	おいのり	1000
おおい	多い	599
おおきい	大きい	301
おおさか	おおさか	388
おーすとらりあ	オーストラリア	88
おかえりなさい。	おかえりなさい。	835
おかげさまで	おかげさまで	985
おきなわ	おきなわ	393
おきる	おきる	401
おく	おく	646
おく	おく	857
おくさん	おくさん	901
おくる	おくる	703
おくる	おくる	751
おさがしですか。	おさがしですか。	676
おじいさん	おじいさん	42

おしえる	おしえる	218
おす	おす	689
おせわに なりました	おせわに なりました	911
おそい	おそい	409
おだいじに	おだいじに	958
おちゃ	お茶	454
おっと	おっと	898
おつり	おつり	652
おてあらい	おてあらい	846
おでかけですか	お出かけですか	823
おと	音	936
おとうと	おとうと	35
おとうとさん	おとうとさん	49
おとこの ひと	おとこの ひと	64
おとこのこ	おとこの こ	66
おととい	おととい	917
おとな	おとな	62
おなか	おなか	955
おなかが すく	おなかが すく	510
おにいさん	おにいさん	48
おにぎり	おにぎり	463
おねえさん	おねえさん	47
おねがいします	おねがいします	161
おばあさん	おばあさん	43
おはよう。	おはよう。	14
おはようございます。	おはようございます。	15
おひきだしですか。	おひきだしですか。	681
おぼえる	おぼえる	190
おまわりさん	おまわりさん	228
おみやげ	おみやげ	363
おめでとう[ございます]	おめでとう[ございます]	727
おもい	おもい	712
おもいだす	おもいだす	980
おもう	おもう	601
おもしろい	おもしろい	565
おやすみなさい。	おやすみなさい。	20
およぐ	およぐ	569
おりる	おりる	737
おろす	おろす	684
おわり	おわり	916
おわる	おわる	560
おんがく	おんがく	543
おんなの ひと	おんなの ひと	65
おんなのこ	おんなのこ	67
お父さん	お父さん	45
お母さん	お母さん	46

か

～が	～が	1035
～が いい	～が いい	446
～が いたい	～が いたい	960
～かい	～かい	149
～かい／がい	～かい／がい	871
かいぎ	かいぎ	210
かいぎしつ	かいぎしつ	211
がいこく	がいこく	707
かいごし	かいごし	227
かいごしさん	かいごしさん	227
かいしゃ	かいしゃ	197
かいしゃいん	かいしゃいん	223
かいだん	かいだん	867
かいもの〈する〉	買い物〈する〉	635
かう	買う	178
かえす	かえす	993
かえる	帰る	117
かえる	かえる	695
かえる	かえる	822
かお	かお	411
かがみ	かがみ	410
かかる	かかる	766
かぎ	かぎ	842
かく	書く	174
かく	かく	541
かくえき	かくえき	741
がくせい	学生	104
かくにん〈する〉	かくにん〈する〉	692
～かげつ	～か月	147
(でんわを)かける	(電話を)かける	213
(めがねを)かける	(めがねを)かける	334
かさ	かさ	604
[お]かし	[お]かし	439
かしこまりました。	かしこまりました。	678
かす	かす	991
かぜ	かぜ	947
かぞく	かぞく	29
～かた	～かた	680

かたかな	かたかな	169
かたろぐ	カタログ	670
かちょう	かちょう	233
かつ	かつ	577
〜がつ	〜月	131
かっこいい	かっこいい	293
がっこう	学校	106
かっぷ	カップ	458
かど	かど	782
かなざわ	かなざわ	384
かなだ	カナダ	91
[お]かね	[お]金	650
かのじょ	かのじょ	7
かばん	かばん	342
かぶる	かぶる	332
かまくら	かまくら	378
かみ	かみ	249
かみ	かみ	303
かめら	カメラ	539
かようび	火よう日	136
〜から	〜から	282
〜から	〜から	1044
〜から きました	〜から きました	71
からい	からい	506
からおけ	カラオケ	544
からだ	体	965
からだに いい	体に いい	966
かりる	かりる	992
かるい	かるい	713
かれ	かれ	6
かれーらいす	カレーライス	472
かわ	川	572
かわいい	かわいい	292
かんがえる	かんがえる	1014
かんこく	かんこく	78
かんごし	かんごし	226
かんごしさん	かんごしさん	226
かんじ	かんじ	170
かんたんな	かんたんな	534
かんぱい	かんぱい	516
がんばる	がんばる	182
き		
き	木	884
きいろい	きいろい	316
きく	聞く	175
きく	きく	1039
きせつ	きせつ	612
きた	北	791
ぎたー	ギター	555
きっさてん	きっさてん	491
きって	きって	704
きっと	きっと	603
きっぷ	きっぷ	738
きのう	きのう	144
きもの	きもの	324
きゃっしゅかーど	キャッシュカード	686
きゅう	きゅう	127
きゅうこう	きゅうこう	742
ぎゅうどん	ぎゅうどん	473
ぎゅうにく	牛肉	427
ぎゅうにゅう	ぎゅうにゅう	450
きゅうにん	きゅうにん	59
きょう	きょう	142
きょうしつ	きょうしつ	113
きょうだい	きょうだい	37
きょうと	きょうと	386
きょねん	きょねん	609
きらいな	きらいな	523
きる	きる	264
きる	きる	310
きれいな	きれいな	290
きを つけて	気を つけて	912
きんえん	きんえん	976
きんがく	きんがく	691
ぎんこう	ぎんこう	198
ぎんこういん	ぎんこういん	224
ぎんざ	ぎんざ	375
きんようび	金よう日	139
く		
く	く	127
くうこう	くうこう	761
くすり	くすり	949
くだもの	くだもの	433
くち	口	952
くつ	くつ	330
くつした	くつした	331

くに	くに	68
くにん	くにん	59
くらい	暗い	929
～ぐらい	～ぐらい	279
くらしっく	クラシック	550
くらす	クラス	114
くりすます	クリスマス	724
くる	来る	116
くるま	車	749
くれる	くれる	716
くろい	くろい	315

け

けいざい	けいざい	1009
けいさつかん	けいさつかん	228
けーき	ケーキ	475
けーたい	ケータイ	245
げーむ	ゲーム	563
けさ	けさ	399
けしごむ	けしごむ	254
けす	けす	927
けっこうです	けっこうです	515
けっこん〈する〉	けっこん〈する〉	907
げつようび	月よう日	135
～けど	～けど	1036
けにあ	ケニア	102
けん	けん	367
けんがく〈する〉	けんがく〈する〉	196
[お]げんきですか	[お]元気ですか	984
げんきな	元気な	289
けんきゅう〈する〉	けんきゅう〈する〉	1005
けんきゅうしゃ	けんきゅうしゃ	1006
げんきん	げんきん	682
けんこう	けんこう	963
[けんこう]ほけんしょう	[けんこう]ほけんしょう	964

こ

～こ	～こ	267
ご	ご	123
～ご	～ご	156
こうえん	こうえん	629
こうくうびん	こうくうびん	709
こうこう	高校	111
こうさてん	こうさてん	783
こうじょう	こうじょう	208
こうちゃ	こうちゃ	453
こうつう	こうつう	882
こうべ	こうべ	389
こーと	コート	320
こーなー	コーナー	666
こーひー	コーヒー	452
ここ	ここ	808
ごご	ごご	277
ごしゅじん	ごしゅじん	900
こしょう〈する〉	こしょう〈する〉	938
ごぜん	ごぜん	276
こたえ	こたえ	194
ごちそうさまでした。	ごちそうさまでした。	518
ごちゅうもんは？	ごちゅうもんは？	500
こちらこそ。	こちらこそ。	28
こちらは～さんです	こちらは～さんです	903
こっぷ	コップ	459
こと	こと	999
ことし	ことし	610
ことば	ことば	153
こども	こども	63
ごにん	ごにん	55
この	この	239
ごはん	ごはん	461
こぴー〈する〉	コピー〈する〉	668
こまかい[お]かね	こまかい[お]金	653
ごみ	ごみ	855
ごりょうしん	ごりょうしん	44
ごるふ	ゴルフ	587
これ	これ	235
これから	これから	1017
これから おせわに なります	これから おせわに なります	904
これで おねがいします。	これで おねがいします。	501
～ごろ	～ごろ	275
こんげつ	こんげつ	923
こんさーと	コンサート	549
こんしゅう	こんしゅう	920
こんにちは。	こんにちは。	16
こんばん	こんばん	400
こんばんは。	こんばんは。	17

こんびに	コンビニ	663
こんぴゅーたー	コンピューター	260

さ

さあ……	さあ……	579
さーびす	サービス	364
～さい	～さい	731
さいきん	さいきん	972
さいず	サイズ	307
さいふ	さいふ	343
さかな	魚	430
さくら	さくら	622
[お]さけ	[お]さけ	455
さしみ	さしみ	471
さっかー	サッカー	582
ざっし	ざっし	671
さっぽろ	さっぽろ	380
さとう	さとう	478
さどう	さどう	533
さびしい	さびしい	981
さむい	さむい	597
さようなら。	さようなら。	18
さら	さら	497
さわる	さわる	1001
～さん	～さん	3
さん	さん	121
ざんぎょう〈する〉	ざんぎょう〈する〉	205
さんぐらす	サングラス	336
さんどいっち	サンドイッチ	462
さんにん	さんにん	53
ざんねんですが	ざんねんですが	829
さんぽ〈する〉	さんぽ〈する〉	630

し

し	し	122
じ	字	154
～じ	～時	272
しあい	しあい	576
しーでぃー	CD	176
じーんず	ジーンズ	327
しお	しお	479
～じかん	～時間	280
じかん	時間	763
じこくひょう	じこくひょう	762
しごと	しごと	222
じしょ	じしょ	179
しずかな	しずかな	878
した	下	802
したぎ	したぎ	323
しち	しち	125
しちにん	しちにん	57
しつもん〈する〉	しつもん〈する〉	195
しつれいします。	しつれいします。	895
しつれいですが	しつれいですが	1038
じてんしゃ	じてんしゃ	754
じどうしゃ	じどうしゃ	748
じどうはんばいき	じどうはんばいき	449
しぶや	しぶや	374
じぶんで	じぶんで	509
じむしょ	じむしょ	207
しめる	しめる	841
じゃ	じゃ	649
じゃ、また。	じゃ、また。	19
しゃーぷぺんしる	シャープペンシル	252
しゃいん	しゃいん	234
しやくしょ	しやくしょ	888
しゃしん	しゃしん	537
じゃず	ジャズ	551
しゃちょう	しゃちょう	231
しゃつ	シャツ	318
しゃわー	シャワー	415
じゅう	じゅう	128
じゅういち	じゅういち	129
～しゅうかん	～しゅうかん	146
じゅうしょ	じゅうしょ	859
じゅーす	ジュース	451
じゅうどう	じゅうどう	585
じゅうに	じゅうに	130
じゅうにん	じゅうにん	60
しゅうまつ	しゅうまつ	914
しゅうり〈する〉	しゅうり〈する〉	939
しゅくだい	しゅくだい	183
しゅっちょう〈する〉	しゅっちょう〈する〉	206
しゅみ	しゅみ	519
じゅんび〈する〉	じゅんび〈する〉	358
しょうかい〈する〉	しょうかい〈する〉	902
しょうがっこう	小学校	109

しょうしょう おまちください。	しょうしょう おまちください。	679
じょうずな	じょうずな	528
しょうゆ	しょうゆ	480
しょうらい	しょうらい	1002
じょぎんぐ	ジョギング	566
しょくじ〈する〉	しょくじ〈する〉	485
しょくどう	しょくどう	489
しらべる	しらべる	177
しりょう	しりょう	263
しる	しる	216
しろい	しろい	314
〜じん	〜じん	72
しんかんせん	しんかんせん	744
しんごう	しんごう	784
じんじゃ	じんじゃ	356
しんじゅく	しんじゅく	372
しんせつな	しんせつな	287
しんぱい〈する〉	しんぱい〈する〉	973
しんぶん	しんぶん	672

す

すいす	スイス	98
すいっち	スイッチ	932
すいようび	水よう日	137
すう	すう	975
すーつ	スーツ	321
すーぱー	スーパー	425
すかーと	スカート	329
すきー	スキー	567
すきな	好きな	522
すきやき	すきやき	470
すぐ	すぐ	1022
すくない	少ない	600
すごい	すごい	1032
すこし	少し	163
[お]すし	[お]すし	474
すずしい	すずしい	596
ずっと	ずっと	769
すてきな	すてきな	308
すてる	すてる	856
すぴーち	スピーチ	189
すぷーん	スプーン	494
すぺいん	スペイン	100
ずぼん	ズボン	326
すまほ	スマホ	246
すみません	すみません	826
すむ	すむ	858
すもう	すもう	584
する	する	152
(ゆびわを)する	(ゆびわを)する	337
すわる	すわる	851

せ

せ	せ	297
せいかつ	せいかつ	655
せいひん	せいひん	942
せーたー	セーター	319
せかい	せかい	74
せつめい〈する〉	せつめい〈する〉	781
ぜひ	ぜひ	633
せまい	せまい	890
ぜろ	ゼロ	118
せろてーぷ	セロテープ	257
せん	千	644
せんげつ	せんげつ	922
せんしゅう	せんしゅう	919
せんせい	先生	103
ぜんぜん	ぜんぜん	167
せんだい	せんだい	381
せんたく〈する〉	せんたく〈する〉	853
せんたくき	せんたくき	861
ぜんぶ	ぜんぶ	508
ぜんぶで	ぜんぶで	658
せんもん	せんもん	1008

そ

ぞう	ぞう	352
そうじ〈する〉	そうじ〈する〉	854
そうじき	そうじき	862
そうです	そうです	12
そうですか	そうですか	1045
そうですね	そうですね	1037
そこ	そこ	809
そして	そして	1018
そと	外	806
その	その	240
そば	そば	468
そふと	ソフト	564

それ	それ	236
それから	それから	690
そろそろ しつれい します。	そろそろ しつれい します。	896
そんなに	そんなに	1027

た

たい	タイ	79
～だい	～だい	269
だいえっと	ダイエット	979
だいがく	大学	112
だいがくいん	大学いん	1007
たいしかん	たいしかん	988
だいじょうぶな	だいじょうぶな	977
たいせつな	たいせつな	989
だいたい	だいたい	166
たいてい	たいてい	771
だいにんぐきっちん	ダイニングキッチン	844
たいへんな	たいへんな	971
たいわん	たいわん	80
たかい	高い	298
たかい	高い	641
たくさん	たくさん	424
たくしー	タクシー	757
だけ	だけ	774
だす	出す	701
ただいま。	ただいま。	834
たつ	立つ	852
たてもの	たてもの	863
たな	たな	667
たのしい	たのしい	521
たばこ	たばこ	974
たぶん	たぶん	602
たべもの	食べ物	420
たべる	食べる	419
たまご	たまご	431
だめです	だめです	821
たりる	たりる	654
だれ	だれ	721
[お]たんじょうび	[お]たんじょうび	725
だんす	ダンス	568
だんだん	だんだん	1028

ち

ちいさい	小さい	302
ちか	ちか	872
ちかい	ちかい	767
ちがいます	ちがいます	13
ちかく	ちかく	800
ちかてつ	ちかてつ	745
ちきゅう	ちきゅう	1011
ちけっと	チケット	669
ちず	ちず	73
ちち	父	31
ちゃわん	ちゃわん	498
～ちゃん	～ちゃん	4
ちゃんす	チャンス	831
ちゅうがっこう	中学校	110
ちゅうごく	ちゅうごく	81
ちゅうしゃじょう	ちゅうしゃじょう	752
ちょうし	ちょうし	967
ちょこれーと	チョコレート	440
ちょっと	ちょっと	647
ちょっと～まで	ちょっと～まで	824

つ

～つ	～つ	659
つかう	つかう	265
つかれる	つかれる	968
つき	月	620
つぎに	つぎに	687
つぎの	つぎの	739
つく	つく	813
つくえ	つくえ	849
つくる	つくる	220
つける	つける	926
つごうが いい	つごうが いい	819
つごうが わるい	つごうが わるい	820
つま	つま	899
つめたい	つめたい	445
つよい	つよい	580
つり	つり	573
つれていく	つれていく	347
つれてくる	つれてくる	348

て

て	手	956
～で	～で	492
ていしょく	ていしょく	490
でーと〈する〉	デート〈する〉	816

てーぶる	テーブル	848
でかける	出かける	811
てがみ	てがみ	698
できる	できる	674
～でございます	～でございます	675
でざいん	デザイン	309
～です	～です	2
ですから	ですから	1026
てちょう	てちょう	250
てつだう	てつだう	219
てにす	テニス	586
では	では	648
でぱーと	デパート	662
でも	でも	1042
～でも～ませんか	～でも～ませんか	827
[お]てら	[お]てら	355
でる	出る	694
でる	出る	812
てれび	テレビ	406
てんき	てんき	588
でんき	電気	925
てんきん〈する〉	てんきん〈する〉	874
でんしじしょ	でんしじしょ	180
でんしゃ	電車	735
でんち	でんち	247
てんぷら	てんぷら	469
でんわ	電話	212
でんわばんごう	電話ばんごう	215

と

～と	～と	637
どあ	ドア	839
どいつ	ドイツ	97
といれ	トイレ	846
どう	どう	504
どう しましたか	どう しましたか	945
どういたしまして。	どういたしまして。	22
とうきょう	とうきょう	368
どうして	どうして	1043
どうぞ おあがり ください。	どうぞ おあがり ください。	894
どうぞ よろしく。	どうぞ よろしく。	27
どうぞ。	どうぞ。	24
どうぶつ	どうぶつ	349
どうぶつえん	どうぶつえん	350
どうも。	どうも。	25
どうやって	どうやって	775
とおい	とおい	768
ときどき	ときどき	773
どくしん	どくしん	906
とくに	とくに	1033
とけい	とけい	340
どこ	どこ	810
ところ	ところ	876
としょかん	としょかん	186
としを とる	年を とる	887
どちら	どちら	70
どちら	どちら	525
どちらも	どちらも	526
とっきゅう	とっきゅう	743
どっち	どっち	527
とても	とても	631
どなた	どなた	722
となり	となり	798
どの	どの	242
どのくらい／ぐらい	どのくらい／ぐらい	765
とまる	とまる	361
とめる	とめる	753
ともだち	友だち	284
どようび	土よう日	140
とりにく	とり肉	429
とる	とる	477
とる	とる	538
とるこ	トルコ	87
どれ	どれ	238
どんな	どんな	285

な

ないふ	ナイフ	496
なおす	なおす	941
なか	中	805
ながい	長い	304
ながさき	ながさき	392
なかなか	なかなか	1034
なくす	なくす	990
なごや	なごや	385
なつ	なつ	616
なな	なな	125

ななにん	ななにん	57
なに	何	483
なにか	何か	484
[お]なまえ	[お]なまえ	8
なら	なら	387
ならう	ならう	531
なりた	なりた	369
なる	なる	614
なん	何	243
なんかい	何かい	150
なんかい／がい	何かい／がい	870
なんかいも	何かいも	627
なんがつ	何月	132
なんこ	何こ	266
なんさい	何さい	729
なんじ	何時	270
なんじかん	何時間	281
なんだい	何だい	268
なんにち	何日	732
なんにん	なんにん	61
なんばん	何ばん	217
なんばんせん	何ばんせん	747
なんぷらー	ナンプラー	482
なんぷん	何分	271
なんめーとる	何メートル	796
なんようび	何よう日	141

	に	
に	に	120
〜に ついて	〜に ついて	1012
に、さんにち	2、3日	959
にぎやかな	にぎやかな	879
にく	肉	426
にし	西	789
〜にち	〜日	733
にちようび	日よう日	134
にっき	にっき	184
にっこう	にっこう	382
にほん	にほん	75
にほんご	にほんご	155
にほんごがっこう	にほんご学校	108
にもつ	にもつ	711
にゅーじーらんど	ニュージーランド	89
にゅーす	ニュース	404
にょくまむ	ニョクマム	481
にわ	にわ	883

	ぬ	
ぬぐ	ぬぐ	311

	ね	
ねくたい	ネクタイ	338
ねこ	ねこ	39
ねつ	ねつ	946
ねぱーる	ネパール	82
ねむい	ねむい	969
ねる	ねる	402
〜ねん	〜年	148
ねんがじょう	ねんがじょう	700

	の	
のーと	ノート	248
のど	のど	953
のどが かわく	のどが かわく	511
のぼる	のぼる	574
のみもの	飲み物	442
のむ	飲む	441
のりかえる	のりかえる	740
のりば	のりば	760
のる	のる	736

	は	
は	は	417
〜は ちょっと……	〜は ちょっと……	828
ぱーてぃー	パーティー	719
はい	はい	9
ばいく	バイク	755
はいしゃ[さん]	はいしゃ[さん]	961
はいる	入る	414
はいる	入る	487
はがき	はがき	699
はく	はく	325
はこ	はこ	259
はさみ	はさみ	258
はし	はし	493
はし	はし	787
はじまる	はじまる	559
はじめ	はじめ	915
はじめて	はじめて	625
はじめまして。	はじめまして。	26
はじめる	はじめる	720

ばす	バス	756
ぱすた	パスタ	466
ぱすぽーと	パスポート	986
ぱそこん	パソコン	261
はたらく	はたらく	199
はち	はち	126
はちにん	はちにん	58
はな	花	619
はな	はな	950
はなす	話す	157
ばなな	バナナ	434
はなび	花火	623
[お]はなみ	[お]花見	621
はねだ	はねだ	376
はは	母	32
はやい	はやい	407
はやい	はやい	408
はやく	はやく	970
はらう	はらう	651
はる	はる	615
はん	半	274
ぱん	パン	438
ばんぐみ	ばんぐみ	607
[あんしょう]	[あんしょう]	688
ばんごう	ばんごう	
ばんごはん	ばんごはん	423
はんさむな	ハンサムな	291
〜ばんせん	〜ばんせん	746
ぱんだ	パンダ	351
ぱんち	パンチ	255
ぱんつ	パンツ	328

	ひ	
ひ	日	520
ぴあの	ピアノ	554
びーる	ビール	456
ひがし	東	788
ひく	ひく	556
ひく	ひく	934
ひくい	ひくい	299
ひこうき	ひこうき	758
びざ	ビザ	987
[お]ひさしぶり です[ね]	[お]ひさしぶり です[ね]	982

びじゅつ	びじゅつ	1010
びじゅつかん	びじゅつかん	542
ひだり	左	785
ひっこし	ひっこし	873
びでお	ビデオ	931
ひと	人	286
ひとつめ	1つ目	793
ひとり	ひとり	51
ひとりで	一人で	962
ひまな	ひまな	203
ひゃく	百	643
びょういん	びょういん	944
びょうき	びょうき	943
ひらがな	ひらがな	168
ひる	ひる	395
びる	ビル	866
ひるごはん	ひるごはん	422
ひるやすみ	ひる休み	202
ひろい	ひろい	889
ひろしま	ひろしま	390

	ふ	
ふぃりぴん	フィリピン	83
ふうとう	ふうとう	706
ぷーる	プール	571
ふぉーく	フォーク	495
ふく	ふく	306
ふくおか	ふくおか	391
ふじさん	ふじさん	383
ふたつめ	2つ目	794
ぶたにく	ぶた肉	428
ふたり	ふたり	52
ぶちょう	ぶちょう	232
ぶっか	ぶっか	656
ふとん	ふとん	847
ふなびん	ふなびん	710
ふね	ふね	759
ふべんな	ふべんな	881
ふゆ	ふゆ	618
ぶらじる	ブラジル	93
ふらんす	フランス	96
ふる	ふる	594
ふるい	古い	892
ぷれぜんと	プレゼント	717

[お]ふろ	[お]ふろ	413
～ふん	～分	273
～ぷん	～分	273

へ

へえ	へえ	1031
へたな	へたな	529
べっど	ベッド	843
べつべつに	べつべつに	503
べとなむ	ベトナム	84
へや	へや	837
べんきょう	べんきょう	107
[お]べんとう	[お]べんとう	464
べんりな	べんりな	880

ほ

ぼうし	ぼうし	333
ほーむすてい〈する〉	ホームステイ〈する〉	365
ぼーるぺん	ボールペン	251
ほかに	ほかに	502
ぼく	ぼく	908
[けんこう]ほけんしょう	[けんこう]ほけんしょう	964
ほしい	ほしい	673
ぽすと	ポスト	697
ぼたん	ボタン	693
ほっかいどう	ほっかいどう	379
ほっちきす	ホッチキス	256
ぽっぷす	ポップス	552
ほてる	ホテル	360
ほん	本	173
ほんとう	ほんとう	997
ほんとうに	ほんとうに	632
ほんや	ほんや	187

ま

まいあさ	まいあさ	397
まいにち	まいにち	145
まいばん	まいばん	398
まえ	まえ	803
まえ	まえ	1019
まがる	まがる	779
まける	まける	578
まず	まず	685
また	また	1024
まだ	まだ	1016
また いらっしゃって ください。	また いらっしゃって ください。	897
また こんど おねがいします	また こんど おねがいします	830
まだまだです	まだまだです	530
まち	町	366
まつ	まつ	815
まっすぐ	まっすぐ	778
[お]まつり	[お]まつり	354
～まで	～まで	283
までに	までに	1025
まど	まど	838
まれーしあ	マレーシア	85
まわす	まわす	933
まん	万	645
まんが	まんが	561

み

みがく	みがく	418
みかん	みかん	437
みぎ	右	786
みじかい	みじかい	305
みず	水	443
みせ	みせ	660
みせる	見せる	677
みち	みち	777
みっつめ	3つ目	795
みどり	みどり	885
みなさん	みなさん	1029
みなみ	南	790
みみ	耳	951
みゃんまー	ミャンマー	86
みる	見る	403
みるく	ミルク	448
みんな	みんな	288
みんなで	みんなで	546

む

むかえる	むかえる	346
むずかしい	むずかしい	536
むだな	むだな	994
むりな	むりな	978

め

め	目	300
めいし	めいし	244

～めーとる	～メートル	797
めーる	メール	702
めがね	めがね	335
めきしこ	メキシコ	92

も		
もう	もう	1015
もう いちど	もう いちど	160
もう いっぱい	もう いっぱい	514
もう すこし	もう 少し	164
もうすぐ	もうすぐ	1021
もくようび	木よう日	138
もし[～たら]	もし[～たら]	937
もしもし	もしもし	214
もちろん	もちろん	634
もつ	もつ	341
もっていく	もっていく	606
もってくる	もってくる	605
もの	物	718
もみじ	もみじ	624
もらう	もらう	715
もんだい	もんだい	192

や		
～や	～や	661
～や～[など]	～や～[など]	638
やきゅう	やきゅう	583
やくそく〈する〉	やくそく〈する〉	817
やくに たつ	やくに たつ	221
やさい	やさい	432
やさしい	やさしい	295
やさしい	やさしい	535
やすい	安い	642
やすみ	休み	201
やすむ	休む	200
やちん	やちん	875
やま	山	575
やめる	やめる	1013

ゆ		
[お]ゆ	[お]ゆ	444
ゆうびんきょく	ゆうびんきょく	696
ゆうめいな	ゆうめいな	486
ゆーもあ	ユーモア	296
ゆき	ゆき	593
ゆっくり	ゆっくり	158
ゆびわ	ゆびわ	339
ゆめ	ゆめ	1003

よ		
ようじ	ようじ	818
ようび	よう日	133
よかったら～	よかったら～	825
よく	よく	165
よく	よく	772
よこはま	よこはま	377
よにん	よにん	54
よぶ	よぶ	940
よむ	読む	172
よやく〈する〉	よやく〈する〉	359
よる	よる	396
よわい	よわい	581
よん	よん	122

ら		
らーめん	ラーメン	465
らいげつ	らいげつ	924
らいしゅう	らいしゅう	921
らいねん	らいねん	611
らじお	ラジオ	405

り		
りゅうがく〈する〉	りゅうがく〈する〉	1004
りゅうがくせい	りゅうがくせい	105
りょう	りょう	865
りょうしん	りょうしん	30
りょうり	りょうり	460
りょこう〈する〉	りょこう〈する〉	357
りんご	りんご	435

れ		
れい	れい	193
れいぞうこ	れいぞうこ	860
れすとらん	レストラン	488
れぽーと	レポート	185
れもん	レモン	436
れんしゅう〈する〉	れんしゅう〈する〉	188

ろ		
ろーまじ	ローマ字	171
ろく	ろく	124
ろくにん	ろくにん	56
ろしあ	ロシア	94
ろっく	ロック	553

ろびー	ロビー	362
ろぼっと	ロボット	1030

わ		
わあ	わあ	728
わいん	ワイン	457
わかい	わかい	886
わかりました	わかりました	1046
わかる	わかる	162
わしつ	わしつ	845
わすれる	わすれる	191
わたし	わたし	1
わたる	わたる	780
わるい	わるい	590

を		
～を ください	～を ください	636

<著者> アークアカデミー
1986年創立。ARCグループ校として、ARC東京日本語学校、アークアカデミー新宿校、大阪校、京都校、ベトナムハノイ校がある。日本語教師養成科の卒業生も1万人を超え、日本語を通して社会貢献できる人材育成を目指している。

監修　遠藤 由美子（えんどう ゆみこ）
早稲田大学大学院日本語教育研究科修士課程修了
アークアカデミー新宿校校長

執筆　薄井 廣美（うすい ひろみ）
早稲田大学第一文学部日本文学科卒業
ARC東京日本語学校講師

協力　関 利器（せき りき）
ARC東京日本語学校専任講師

はじめての日本語能力試験
N5 単語　1000　[英語・ベトナム語版]

2017年2月14日　初版　第1刷発行
2023年4月　5日　初版　第9刷発行

著　者	アークアカデミー
翻訳・翻訳校正	Yvonne Chang/Red Wind（英語）
	NGUYEN DO AN NHIEN（ベトナム語）
イラスト	花色木綿
装丁	岡崎裕樹
編集・DTP	有限会社ギルド
発行人	天谷修身
発行所	株式会社アスク
	〒162-8558 東京都新宿区下宮比町2-6
	TEL 03-3267-6864　FAX 03-3267-6867
	https://www.ask-books.com/
印刷・製本	日経印刷株式会社

落丁・乱丁はお取り替えいたします。許可なしに転載・複製することを禁じます。
© ARC ACADEMY Japanese Language School 2017　Printed in Japan
ISBN978-4-87217-981-1